यकृत

श्याम मनोहर यांचे प्रकाशित साहित्य

कादंबरी

हे ईश्वरराव... हे पुरुषोत्तमराव... (१९८३)
शीतयुद्ध सदानंद (१९८७)
कळ (१९९६)
खूप लोक आहेत (२००२)
उत्सुकतेने मी झोपलो (२००६)
खेकसत म्हणणे, आय लव्ह यू (२०१०)

कथा

दोन्ही : आणि बाकी सगळे, बिनमौजेच्या गोष्टी (२००९)

नाटक

यकृत (१९८७)
हृदय (१९८५)
प्रेमाची गोष्ट ? (१९९८)
दर्शन (२००४)
सन्मानहौस (२०१०)

अनुवाद

हे ईश्वरराव... हे पुरुषोत्तमराव (कन्नड)
शीतयुद्ध सदानंद (कन्नड)
यकृत (कन्नड, मल्याळम, तेलगू, तामिळ)
श्याम मनोहर कथेगळू (कन्नड)
बहुत लोग हैं (हिन्दी)

यकृत

श्याम मनोहर

पॉप्युलर प्रकाशन, मुंबई

यकृत
(म -९३१)
पॉप्युलर प्रकाशन
ISBN 978-81-7185-557-5

YAKRUT
(Marathi : Play)
Shyam Manohar

पहिली आवृत्ती : १९८७/१९०९
दुसरी आवृत्ती : २०१२/१९३४

मुखपृष्ठ : जयंत जोशी

प्रकाशक
हर्ष भटकळ
पॉप्युलर प्रकाशन प्रा.लि.
३०१, महालक्ष्मी चेंबर्स
२२, भुलाभाई देसाई रोड
मुंबई ४०००२६

अक्षरजुळणी
गोकुळ मासिक प्रकाशन
११९४, सदाशिव पेठ
पुणे ४११ ०३०

आपणा सर्वांना आपल्या स्वत:च्याच स्वभावाचा त्रास होतो. तिला तिच्या स्वभावाचा त्रास होतो, मला माझ्या स्वभावाचा त्रास होतो. एवढी काय गऽ आपण आपल्या स्वभावाला किंमत देतो?

'यकृत' ह्या नाटकाचा पहिला प्रयोग दि. ७ मार्च १९८३ रोजी छबीलदास, दादर, मुंबई येथे थिएटर युनिट ह्या संस्थेतर्फे रात्री ८.३० वाजता सादर झाला.

दिग्दर्शक	:	पं. सत्यदेव दुबे
नेपथ्य	:	नीरा आडारकर, अरविंद आडारकर
प्रकाशयोजना	:	हरीश पटेल, प्रेमनाथ साव
ध्वनिसंकलन	:	नंदिता अरस

भूमिका

भाऊ	:	विहंग नायक
प्रभा	:	सुनीला प्रधान
संत	:	गजानन बंगेरा
चारू	:	कुणाल मेश्राम
प्रदीप	:	गौरंग वागळे
पाटील	:	अरुण गोंदरकर
ऐनापुरे	:	अरविंद आडारकर
यादव	:	प्रेमनाथ साव
राजा	:	अच्युत पोतदार
वसुधा	:	सुनंदा कार्नाड

- बृहन्मुंबई महानगरपालिकेच्या आंतरविभागीय नाट्यस्पर्धेत ए विभागतर्फे २००२ साली 'यकृत' सादर
- महाराष्ट्र राज्य नाट्यस्पर्धेत श्रद्धा कलामंच, ठाणेतर्फे २००३ साली सादर, द्वितीय पारितोषिक
- श्रद्धा थिएटर, ठाणेतर्फे २००४ साली व्यावसायिक रंगभूमीवर सादर
- साहित्य अकादेमीतर्फे कन्नड, तामीळ, तेलगू, मल्याळम् ह्या भारतीय भाषांतून अनुवाद प्रसिद्ध

अंक पहिला

प्रवेश पहिला

[अंधारातून]
कुठं दुखतंय? इथं?
हो.
इथं?
हो.
इथं?
आं... हो.
लिव्हर खराब झालेलं दिसतंय.
आं?
पितोस का?
हो डॉक्टर.
किती वेळा?
रोजच, डॉक्टर.
मग कठीणाय.
काय?
बरा होशील, पण दारू बंद.
डॉक्टर, शपथ घेतो. आजपासून दारूला अजिबात स्पर्श करणार नाही.
[रंगमंच उजळतो. वर्दळ नसलेला आडरस्ता. कुठे तरी छोटासा पूल. थोड्याच वेळात मध्यम वयाचा, अशक्तसा संत येतो. हळूहळू चालत राहतो. मधूनमधून चेहरा, हात, बोटे, अंग ताठरवतो. मग मध्यम वयाचाच भाऊ येतो. भाऊ प्यायलेला. जड, विचित्र.]

भाऊ : संत्या, एकटाच पिऊन आलायस ना?

संत : तू इकडून कुठं? आडरस्त्यानं?

भाऊ : तू एकटाच पिऊन आलायस नं? आधी सांग.

संत : तू इकडून कुठं? आडरस्त्यानं?

भाऊ : ए... आधी बोल, बोल...ल, तू एकटाच पिऊन आलायस ना?

संत : तू इकडं कसा? आडरस्त्याला?

भाऊ : तू एकटाच पिऊन आलायस. आमाला एकट्याला पिता येत नाही? चल, मीही एकटाच पिऊन आलोय. चल, कुठं जायचं?

संत : (अंग ताठरवून सैलावयाचा प्रयत्न करत) तू ह्या रस्त्यानं कुठं? आडरस्त्यानं?

भाऊ : चल... ने कुठंही.

[दोघे चालत, घुटमळत राहतात.]

भाऊ : हा रस्ता तुला आवडतो ?

संत : (ताठरत) नाही.

भाऊ : मग चल, मलाही आवडत नाही.

संत : चल, तुला सार्वजनिक ठिकाणीच नेतो. बागेत.

भाऊ : तुला आवडते बाग?

संत : नाही.

भाऊ : मग चल बागेत. मला आवडते. नाही आवडते.

[दोघेही कसेबसे पुलापर्यंत आलेत. पुलाच्या कठड्यावर बसतात.]

भाऊ : बागेत तुला माणसांच्यात बसायला आवडतं का फुलांच्यात?

संत : हं...

[क्षणभर स्तब्धता.]

भाऊ : एकट्यानं कधी पिऊ ने. ताळतंत्र राहत नाही.

संत : (स्वत:शी) दारू नाही तर हे सगळे स्नायू कोकलताहेत. (चेहरा वेडावाकडा करत) चेहरा हा असा करून ठेवावा वाटतोय. सगळ्या स्नायूंना आतून ओढ लागलीय दारूची. प्याली नाही तर स्नायूंना ताण बसतोय. (अंग ताठरवतो.) सारखं हे असं करावं लागतंय. ही माझी नॉर्मल स्टेट होतीय. (अंग सैलावत) ही माझी अॅब्नॉर्मल स्टेट होतीय. (स्नायू ताठरवून) हे चांगलं दिसतंय?

[भाऊ गप्प.]

संत : तू माझ्याशी गप्पा मार.

भाऊ : तू मार.

संत : तू माझं मन रमव.

भाऊ : तू रमव.

संत : भाऊ, तुझे-माझे किती जवळचे संबंध आहेत. तुझ्या लग्नात मी तुला सारखा जवळ पाहिजे होतो. पहिल्या रात्रीसुद्धा तू माझ्याशी रात्री अकरा वाजेपर्यंत गप्पा मारत होतास, तसं बोल.

[भाऊ गप्प.]

संत : ऑफिसात तुझं चांगलं काम बघून तुझा हेड तुझं कौतुक करायचा. ते तू मला किती सांगायचास, तसं बोल.

[भाऊ गप्प.]

संत : तुझे सहकारी तुला पाण्यात पाहायचे, ते तू मला किती सांगायचास. तसं बोल.

[भाऊ गप्प.]

संत : भाऊ, तसं बोल. तुझ्या आयुष्यातलं बोल. माझ्याशी. लोट तुझं जीवन माझ्यात.

[भाऊ गप्प.]

संत : भावड्या, बोल. तसलं. तसं.

[भाऊ गप्प.]

संत : (किंचित चिडून) भावड्या ऽ...

[भाऊ मोठ्यांदा, विचित्र हसतो.)

संत : भावड्या ऽ, असलं हसू नको...

[भाऊ गप्प. थोडा वेळ स्तब्धता.]

भाऊ : (मृदूपणे) संत्या...

संत : हं...

भाऊ : तू माझ्या आयुष्याचं विचारतोयस... तू प्यायला नाहीस.

[संत गप्प, उत्सुक.]

भाऊ : छान. आता सांग... तुझी तब्येत कशीय?

संत : खरं सांगू?

भाऊ : सांग. सांगच. त्यासाठीच तर आपण शेजारी शेजारी बसलोय.

संत : हं ऽ, योगायोगानं.

भाऊ : योगायोगाचा लावला मी अर्थ. पुढं?

संत : (ताठरून) हं... मला दारू अजिबात पिऊन चालणार नाही... म्हणून मी तुझ्यासारख्या मित्रांना टाळणार. म्हणून मी तुमच्या गाठी पडणार नाहीत अशा रस्त्यानं हिंडणार. नाही तर खूप माणसं असतील तिथं हिंडणार.

भाऊ : अजिबात पिऊ नकोस. पिणाऱ्यांच्या बरोबर राहू नकोस. माझ्याबरोबर. एक तर एवढी ताकद दाखव, माझीसुद्धा सुटेल. नाही तर अशी ताकद दाखव की माझ्यासारख्याला ताबडतोब सोडून द्यायचं... पण खरी गोष्ट वेगळीच आहे. तू प्याला नाहीयस. आणिक मी प्यालोय. दोघांनाही एकत्र जगायचंय. सांग कसं जगायचं?

संत : भावड्या, तू स्वार्थी आहेस.

भाऊ : स्वार्थी माणसाबरोबर कसं जगायचं? सांग.

संत : तू सांग की.

भाऊ : मी प्यालोय. मी वीक आहे. तू प्याला नाहीस. तू स्ट्राँग आहेस. तू सांग.

संत : (ताठरून) मीही वीक आहे.

[थोडा वेळ स्तब्धता.]

भाऊ : तू एकाकी आहेस. बायको नाही. पोरं नाहीत. (भावनाविवश होऊन) मला बायको आहे. मुलगा आहे. मी एकटा नाही. मीच पिता कामा नये.

[थोडा वेळ स्तब्धता.]

भाऊ : संता, आपण इतकं पितो, आपण मध्यमवर्गी, इतकं पिणं शोभत नाही आपल्याला... इतकं पिणं शोभत नाही.

संत : (चिडचिडत) दारू पिऊन पिऊन लिव्हर पार फाटून आपण मेलो तर आपण मध्यमवर्गी नाही होणार. मी मध्यमवर्गी नाही. मी एकाकी आहे. एकाकीपणाची भीती वाटते ते मध्यमवर्गी.

भाऊ : नटनट्यांनापण एकाकीपणाची भीती वाटते. कारखानदारांना पण एकाकीपणाची भीती वाटते. लोअर क्लासवाल्यांना पण एकाकीपणाची भीती वाटते.

संत : मग वर्ग नाहीतच... असं म्हण की.

भाऊ : अं?

[थोडा वेळ स्तब्धता.]

संत : (मऊपणाने) भाऊ?

भाऊ : अं?

संत : तुला त्रास नाही होत?

भाऊ : त्रास?

संत : दारूचा?

भाऊ : दारूचा?

संत : गेली दहा वर्षं झाली, रोज पितोयस...

भाऊ : रोज...

संत : तुझी लिव्हरची काही कंप्लेट नाही?

भाऊ : लिव्हर?

संत : हं —

भाऊ : लिव्हर ?

संत : (चिडत) भावड्या, लिव्हर म्हंजे माहीत नाही? तू एज्युकेटेड आहेस.

[भाऊ विचित्रपणे, खूप मोठ्याने हसतो.]

संत : (चिडचिडत) दहा वर्षं झाली. तू रोज पितोयस. लिव्हरची कंप्लेट कशी नाही?

भाऊ : (भावनाविवशपणे) संता ऽ...

संत : हं —

भाऊ : (अधिक भावनाविवशपणे) संता रे...

[संत गप्प.]

भाऊ : संता रे...

[ह्या वेळपर्यंत भाऊ बसल्या बसल्या झुलायला लागलाय एवढा झुलतो की पडणार, संत त्याला सावरतो.]

भाऊ : थँक्यू... संता... तू प्याला नाहीस... तू स्ट्राँग आहेस... मी प्यालोय... मी वीक आहेय. स्ट्राँग माणसानी वीक माणसाची काळजी घेतली पाहिजे... संता रे—

संत : हं...

भाऊ : तू म्हणालास, माझी लिव्हर खराब कशी होत नाही?

संत : हं...

भाऊ : मी म्हटलं, लिव्हर म्हंजे काय?

संत : (ताठरून, चिडून) इतकं मूखर्पणाचं बोलतोयस...

भाऊ : (विचित्रपणे हसून) तू म्हणालास, मी एज्युकेटेड आहे. (हसतो) आहे मी एज्युकेटेड. माझं लिव्हर खराब नाही होत... (भावनाविवशपणे) संता ऽ...

[भाऊ झुलतोय.]

संत : (चिडून) तू पडशील हं...

भाऊ : (स्वतःच सावरून) थँक्यू. माझं लिव्हर खराब नाही झालं. जेलस होऊ नकोस. तू एज्युकेटेड आहेस, तू जेलस होऊ नकोस.

संत : (संतापून) शटूअप.

भाऊ : अँगर! संताप. मत्सरानंतर संताप. संतापी होऊ नकोस.

[भाऊ झुलतोय]

संत : (चिडून) पडशील.

भाऊ : (स्वतःच सावरून) थँक्यू. माझं लिव्हर खराब नाही झालं. जेलस होऊ नकोस.

संत : मूर्ख आहेत. असं बोलतोयस, जणू तुला खूप कळतं. दारू प्यालेला प्रामाणिक होतो असा बभ्रा व्हायचा अशानं... मत्सर घालवायचा कसा सांग —

भाऊ : मत्सर कसा घालवायचा?

संत : (जोरात) हं —

भाऊ : माहीत नाही. मत्सरी होऊ नये एवढं माहिताय.

संत : ते सगळ्यांना माहिताय.

[भाऊ झुलतोय.]

भाऊ : आता पडतोय... धर मला.

संत : शेवटचं सावरीन. (भाऊला सावरत) संताप घालवायचा कसा सांग—

भाऊ : संताप कसा घालवायचा? माहीत नाही. (झुलत) संतापी असू नये. हे माहिताय.

संत : (भाऊपासून दूर होत) ते सगळ्यांना माहीत आहे... आता तू पडलास तर मी तुला सावरणार नाही.

[भाऊ जास्त झुलतोय.]

संत : (ताठरून) नाही तरी तुझं सुख, तुझं दुःख ह्या शिवाय काय बोललायस तू माझ्याशी! (आणखी दूर होत) तुझी लिव्हर चांगलं आहे म्हणून? शिकवतोस? मला?

भाऊ : मी पडतोय... मला धर... संता.

संत : (पळू लागत) पड... एकाकी.

भाऊ : (चिडून ओरडत) संता ऽ... संताऽ (असहायपणे, क्षीणपणे) संताऽ... संताऽ

[अंधार]

अंक पहिला

प्रवेश दुसरा

[संतचे घर. म्हणजे अविवाहित मध्यमवर्गीयाची खोली. संत आरामखुर्चीत. अस्वस्थ, अंग ताठरवतो, सैलावतो. वर्तमानपत्र चाळतो. मध्यम वयाचे ऐनापुरे येतात.]

संत : या इथं, इथं बसून मी आनंद मिळवणार आहे.

ऐनापुरे : हेच... हेच खरं...

संत : कुणी माझ्याकडं नाही आलं आणि मी एकटा इथं असा खुर्चीत पडून राह्यलो तरी मी आनंदात राहीन.

ऐनापुरे : हेच साधलं पाहिजे आयुष्यात.

संत : परवाचा दिवस. कालचा दिवस. आणि आजचा हा चार वाजेपर्यंतचा दिवस, अजिबात दारू नाही. एक थेंब नाही.

ऐनापुरे : छान ! आता सोडूनच द्या कायमची. तब्येत एकदम छान होऊन जाईल.

संत : (दिवास्वप्न बघत) सकाळी निवांतपणे उठावं. आपला आपण चहा करावा, मजेत वर्तमानपत्र वाचत चहा घ्यावा.आनंदात अंग शेकत शेकत मस्त आंघोळ करावी. मग रमत गमत डॉक्टरकडे जाऊन औषध आणावं, तिकडून परस्पर खानावळीत जाऊन आनंदानं पोटभर जेवावं. दुपारची छान झोप काढावी. आत्ताच्या वेळेला हे असं आरामखुर्चीत आनंदानं बसावं. रजा नसली तर आनंदानं कामावर जावं.

ऐनापुरे : वा !

संत : (थोड्या वेळाने, कडवटपणे) सकाळ व्हायच्या आधीच मला जाग येते. अपरात्री. सकाळी उठायला नको वाटतं. हे इथं सारखं दुखतं. लिव्हर कुजलंय. नकोसं होतं. तो चहा नको, ते जेवण नको, ते डॉक्टरकडं जाणं नको, ह्या खुर्चीत असं बसून राहायचं जिवावर येतं. त्यापेक्षा मरून जावं !

ऐनापूरे : (स्तंभित होऊन) काय, बोलताय काय?

संत : ऐनापुरे... तुम्ही शेजारच्या पाटलांकडं आला होता ना?

ऐनापुरे : (बिचकत) हो. थोडं काम होतं...

संत : म्हणून तुम्ही जाता जाता माझ्याकडं आलात. (चिडचिडत) माझा मी एकटा इथं आनंदात राहीन.

ऐनापुरे : तसं नाही हो ऽ, तुमच्याकडं, फक्त तुमच्याकडं म्हणूनसुद्धा येईन. येईन. नक्की.

संत : ही... ही लिव्हर खराब झाली नसती तर मला कुण्णाची गरज पडली नसती. गर्वात जगलो असतो.

ऐनापुरे : मी येईन हो तुमच्याकडे.

संत : परवा संध्याकाळी, भाऊला, तुमचा मित्र भाऊ, त्याला मी अस्सं एकटं पाडलं.

ऐनापुरे : अरेरे !

संत : भाऊ गेली दहा वर्षं रोज पितोय. त्याची लिव्हर मात्र खराब नाही होत.

ऐनापुरे : भाऊलासुद्धा आपण सांगितलं पाहिजे. 'हे' सोड... चलू का?... पुन्हा येईन. फक्त तुमच्याकडंच...

संत : काल संध्याकाळी पाच वाजता भाऊकडं गेलो... दाराला कुलूप.

ऐनापुरे : काल सकाळीच तो सहकुटुंब काश्मीरला गेला... चलू का?

संत : (चिडचिडत) काय? युसलेस. परवा मला बोललासुद्धा नाही... इथं असा बसून मी आनंदात राहीन...

ऐनापुरे : चूक आहे भाऊचं हे वागणं. भाऊनं सांगायला पाहिजे होतं. तो आल्यावर आपण त्याला विचारू... मी येतो...

संत : इथं असा बसून मी आनंदात राहीन.

ऐनापुरे : मी नक्की येईन. आणि फक्त तुमच्यासाठी म्हणून येईन...

[ऐनापुरे कसाबसा सटकतो. संत जास्त अस्वस्थ. वर्तमानपत्र उल्टेसुल्टे चाळतो. मग उठून शेजारच्या बिऱ्हाडातील प्रदीपला हाका मारतो.]

संत : प्रदीऽप...

[सोळासतरा वर्षांचा प्रदीप संतच्या खोलीत येतो.]

संत : प्रदीप, काश्मीरवरचा पिक्चर आहे का रे कुठं चालू?

[प्रदीप वर्तमानपत्र पाहतो.]

प्रदीप : काश्मीर... काश्मीर... काश्मीरमध्ये शुटिंग केलेला एकही पिक्चर नाहीय आज. पॅरीसमध्ये शुटिंग केलेला आहे.

संत : ह्यॅ ! पॅरीस नको. काश्मीर पायजे.

प्रदीप : स्वित्झर्लंडमधे शुटिंग केलेला आहे.

संत : ह्यॅ ! स्वित्झर्लंड नको. काश्मीर पायजे.

प्रदीप : काश्मीरमध्ये शुटिंग करणं जुनं झालंय आता, संतकाका. आता न्यूयॉर्क, लंडन, पॅरीस, स्वित्झर्लंड असं चाललंय.

संत : काश्मीरमध्ये शुटिंग केलेला एकही पिक्चर नाही?

प्रदीप : संतकाका, आज तुम्ही अगदी राष्ट्रवादीच झालायत. नाही म्हंजे, काश्मीरच पायजे म्हणताय.

संत : प्रदीप, आपण फिरायला जायचं का रे?

प्रदीप : हो ऽ

संत : प्रदीप, आपण कुठं जाऊ या रे फिरायला?

प्रदीप : कुठंही जाऊ. पण सातच्या आत परतायचं हां...

संत : हो तर... प्रदीप, बागेत जायला आवडतं तुला?

प्रदीप : निसर्ग आवडतो मला.

संत : प्रदीप, आपण असं करूयात, आपण हॉटेलात जाऊ, मस्त इडली सांबार, मसाला डोसा खाऊ, आं?

प्रदीप : ह्यॅ. डोसाबिसा मला अजिबात आवडत नाही. घाणेरड्या तेलात करतात ते.

संत : अरे व्वा...

प्रदीप : मला द्राक्षं आवडतात. डाळिंबं आवडतात, सफरचंदं आवडतात. आंबे तर सगळ्यात जास्त आवडतात, पण हापूसचेच हां... आंब्याच्या सिझनमध्ये मी रोज दोनदोन तीनतीन हापूस आंबे खातो.

संत : अरे व्वा. अगदी हेल्दी हॅबिट्स् आहेत हं तुला. हेल्दी हॅबिट्स् म्हणजे कळलं ना?

प्रदीप : हो तर. बारावीला मी ॲडिशनल इंग्लिश घेतलं होतं... सगळे म्हणतात, मला हेल्दी हॅबिट्स आहेत म्हणून.

संत : मग तुला मँगो आईस्क्रीम चालेल की !

प्रदीप : हो ऽ मँगो आईस्क्रीम मी दोनदोन, तीनतीन खातो. मँगो आईस्क्रीम म्हंजे मँगो आणि आणि मिल्क. दोन्ही शरीराला चांगलंच.

संत : चला, मग आपण आईस्क्रीमच खाऊ.

[दोघे बाहेर पडतात.]

[अंधार]

अंक पहिला

प्रवेश तिसरा

[पहिल्या प्रवेशातले स्थळ. संत आणि प्रदीप पुलाकडे येतात, कधी तरी बसतात.]

संत : प्रदीप, आपण इथं बसू या का?

प्रदीप : हो ऽ. मला एकांत पण आवडतो. मी शवासन इतकं छान करतो!

संत : व्वा! तू योगासनं करतोस म्हंजे तुला आयुष्यात कश्शाचा त्रास होणार नाही.

प्रदीप : थँक्यू.

संत : अरे, हे काय? थँक्यू म्हणालास?

प्रदीप : मी ठरवून ठेवलंय, कुणी माझं गुणवर्णन केलं की थँक्यू म्हणायचं. संतकाका, एक विचारू?

संत : विचार की.

प्रदीप : तुम्ही दारू सोडली ना?

संत : कशावरनं रे?

प्रदीप : नाही, म्हंजे तुमी घरीच बसून असता....माझ्या आईला बाबांना, बेगमपुऱ्यांना, पाटलांना, सगळ्यांना आनंद झाला, तुमी दारू सोडली त्याचा.

संत : (गडबडून उडून) थँक्यू!

प्रदीप : मेन्शन नॉट.... म्हणून माझी आई म्हणाली, तुमच्याबरोबर फिरायला हरकत नाही.

संत : (विचित्रपणे) प्रदीप, माझा एक मित्र काश्मीरला गेला.

प्रदीप : हां...हां...म्हणून तुमाला काश्मीरवरच्या पिक्चरला जायचं होतं होय?

संत : प्रदीप, तुला कधी कुणाची जेलसी वाटते का रे? ... जेलसी म्हंजे....

प्रदीप : माहिताय, मत्सर...

संत : हं. तुला कुणाचा मत्सर वाटतो कधी?

प्रदीप : अं हं !

संत : तुझ्या आईला?

प्रदीप : अं हं !

संत : खरं?

प्रदीप : खरंच.

संत : अगदी खरं? नीट विचार करून सांग हं. तुला हेल्दी हॅबिट्स आहेत, तर तू खरं बोललं पाहिजेस. नीट विचार करून सांग.

प्रदीप : (हुरळून जात) माझ्या आईला वाटतो तिच्या एका मैत्रिणीचा मत्सर.

संत : आणि तुझ्या वडलांना?

प्रदीप : बाबांना त्यांच्या एका मित्राचा.

संत : आणि तुला?

प्रदीप : (घाबरून) मला नाही, मला नाही....

संत : खरं ? खरं सांगायचं हं.

प्रदीप : (चिडचिडत) आपण बागेत जायचं होतं ना?

संत : प्रदीप, नीट बैस हं, तू तसा बसलास तर पुढं झुलायला लागशील आणि तोल जाऊन पडशील.

प्रदीप : ह्यॅ...

संत : प्रदीप, तुझ्या वडलांच्या मनातला मत्सराचा कण न् कण निपटून टाकला तर काय मोकळं वाटेल रे त्यांना....

[प्रदीप घाबरलेला.]

संत : तुझ्या आईच्या मनातला मत्सराचा कण न् कण निपटून टाकला तर काय मोकळं वाटेल रे तुझ्या आईला.

[प्रदीप जास्त घाबरलेला. थोडा झुलतोही, म्हणून संत त्याला सावरतो.]

प्रदीप : (चिडून) मी पडत नाहीय.

संत : तुझ्या आईच्या हे लक्षात कसं येत नाही की ती तिच्याच मैत्रिणीचा मत्सर करते ते...

[प्रदीप घाबरून अस्वस्थ.]

संत : तुझी आई बीए आहे ना?

प्रदीप : (चिडून) बीए ऑनर्स.

संत : तरी तिच्या लक्षात येत नाही, मत्सर मनातनं घालवायचा कसा ते? हा अडाणीपणाच आहे.

प्रदीप : (चिडून) माझी आई अडाणी असेल नाही तर काहीही असेल. तुम्हाला काय करायचंय?

संत : तू पडशील हं.

प्रदीप : (उठत) शटप् !

संत : लहान असून तू रागावलास हं.

प्रदीप : माझ्या आईला नावं ठेवायचं कारण नाही.

संत : तू रागावलास. राग येणं हे हेल्दी नाहीय हं.

प्रदीप : नसू द्या. माझ्या आईला नावं ठेवायचं कारण नाही.

संत : ज्यांना मत्सर, संताप ह्यातून मोकळं होता येत नाही त्यांना हेल्दी हॅबिट्सच नाहीत.

प्रदीप : शटप् ! बागेत जायचं होतं तर इथं आणलंत. म्हणे आईस्क्रीम खाऊया. तुम्ही खोटारडे आहात. (दूर जात) तुम्ही पिऊन आलायत. घाणेरडे, खोटारडे.

[प्रदीप पळू लागतो.]

[अंधार]

अंक पहिला

प्रवेश चौथा

[सुमारे महिन्यानंतर. प्रदीपच्या वडलांचे घर. प्रदीपचे वडील, वय ४५ वर्षे. वर्तमानपत्र वगैरे वाचत बसलेले. भाऊ शाल घेऊन येतो प्रदीप येतो तिथे.]

प्रदीपचे वडील : या ऽ...

भाऊ : संत कुठं गेलाय?

[प्रदीप येतो.]

प्रदीपचे वडील : आजचा पाचवा दिवस. गेला!

भाऊ : माय गॉड ! गेला?

प्रदीपचे वडील : (अंगठा तोंडाकडे करून) 'हे'फार झालं. एकटा जीव. सकाळ संध्याकाळ 'हे'च सारखं. ताळतंत्रच उरलं नाही. लिव्हर पार कुजून गेलं. म्युनिसिपल हॉस्पिटलमध्ये आम्ही नेऊन टाकलं. तिथंच आटोपलं सगळं.

भाऊ : त्यानं सोडली होती हो...तो सुधारत होता.

प्रदीपचे वडील : मन आतून बाहेरून स्वच्छ झालं तरच व्यसन सुटतं. नाही तर व्यसनात माणूस पार खलास होऊन जातो.

भाऊ : पण तो सुधारत होता.

प्रदीपचे वडील : कसली सुधारणा अन् काय! एके दिवशी तो प्रदीपला घेऊन बागेत गेला.

प्रदीप : बागेत नाही काही, त्या कुठल्यातरी आडरस्त्याच्या बारक्या पुलावर.

भाऊ : पुलावर?

प्रदीपचे वडील : आणि प्रदीपला म्हणत होता, तुझी आई, म्हंजे माझी मिसेस, तिच्या मैत्रिणीचा मत्सर करते. आणि तुझे वडील म्हंजे मी, माझ्या मित्राचा मत्सर करतो. काय हे बोलणं! आणि प्रदीपशी? प्रदीप केवढा, तो केवढा.

प्रदीप : त्यांना काश्मीरला जायचं होतं.

भाऊ : काश्मीरला?

प्रदीपचे वडील : ऐनापुऱ्यांशी पण नीट वागला नाही. ऐनापुरे आमच्याकडे येतात म्हणून ऐनापुऱ्यांवर रागावला. म्हणाला, मी एकटा आनंदात राहीन...
भाऊ : (रडकुंडीला आलेला) पाटील, संतसाठी मी शाल आणली होती. पाटील, संत शाल न घेताच गेला, पाटील. संत मला स्पष्ट दिसतोय, पाटील. संत मला स्पष्ट दिसतोय, पाटील.

[भाऊ रडायला आलाय.]

[अंधार]

अंक दुसरा

प्रवेश पहिला

[अंधारातून]

प्रभाचा आवाज : कोण कुठला संत. मित्र असला म्हणून काय झालं? त्याच्या मरणाचं मनाला इतकं लावून घ्यायचं? आणि त्याचं मरण विसरण्यासाठी इतकं प्यायचं? आपली लिव्हर खराब करून घ्यायची? पंध्रा दिवस हॉस्पिटलात काढावे लागले! बरं झालं, पंध्रा दिवसांत लिव्हर सुधारली म्हणून. परमेश्वरा, तुझी कृपा...

[क्षणभर शांतता]

डॉक्टरांचा आवाज : कुठं दुखतंय ? इथं ?

भाऊचा आवाज : नाही.

डॉक्टरांचा आवाज : इथं?

भाऊचा आवाज : नाही.

डॉक्टरांचा आवाज : नॉर्मल. आता लिव्हर छान झालीय. व्यवस्थित खायचं, थोडा तरी व्यायाम घ्यायचा. सिनेमा बघा, गाणी ऐका, वाचन करा, मन रमवायचं. दारूकडे अजिबात वळायचं नाही. एकदम उत्तम होऊन जाईल लिव्हर.

प्रभाचा आवाज : (काळजीने) पण डॉक्टर...

डॉक्टरांचा आवाज : अं हं ऽ, आता काही काळजी करायची नाही. मात्र पक्कं लक्षात ठेवायचं, दारूकडे अजिबात वळायचं नाही. इतके दिवस ती मजा झाली, आता पुरे.

भाऊचा आवाज : (कापत) डॉक्टर, वचन देतो, पुन्हा दारूला स्पर्श करणार नाही.

[रंगमंच प्रकाशतो, भाऊचे घर. म्हणजे मध्यमवर्गीयांचे. भाऊ, भाऊची बायको प्रभा, त्यांचा मुलगा चारू रंगमंचावर]

भाऊ : (प्रभाला) संत जाऊन किती दिवस झाले गं?

प्रभा : झाला दिडेक महिना. संत जाऊन शंभर वर्षे झाली असं समजायचं आता. त्या संताचं नावसुद्धा काढायचं नाही.

[ऐनापुरे येतात.]

ऐनापुरे : नमस्कार वैनी. काय चारू, कसं काय? काय भाऊराव, काय म्हणतेय तब्बेत? वा, वा, वा, वा ! काय मस्त झाली तब्बेत आं! डोळ्यांतसुद्धा एक तेज आलंय. हो की नै वैनी!

प्रभा : (भारावून) हो न.

भाऊ : (भावविवशपणे) मला एकाकी पाडू नका रे..

ऐनापुरे : (भाऊला) अरे काय हे, तू उगाच काहीतरी कल्पना करून घेतोयस. हे बघ, तू अजिबात एकाकी नाहीयस. बघ, हे बघ, मी आहे, यादव येईल आता. पाटील येणार आहे. वैनी आहेत, चारू आहे. तू अजिबात एकाकी नाहीस.

प्रभा : (भाऊला) असलं काही मनात आणायचं नाही हं. मी, चारू कुणाकडं बघून जगायचं म ऽ.

[चारू भाऊला बिलगतो.]

चारू : (रडवेला) नाही भाऊ. माझ्या गळ्याची शपथ घ्या भाऊ.

भाऊ : (घाबरून करुणपणे चारूला) तुझ्या...तुझ्या गळ्याची शपथ. दारूला कध्धी स्पर्श करणार नाही.

[पाटील आणि यादव येतात. दोघेही भाऊच्या वयाचे.]

पाटील : (आल्या आल्या, मोठ्यांदा) काँग्रॅच्युलेशन्स....

ऐनापुरे : हं ऽ, या, या पाटील...

यादव : काँग्रॅच्युलेशन्स वैनी, नमस्कार भाऊ, कशी काय तब्बेत?

भाऊ : (करुणपणे) पाटील एवढं...

पाटील : कशीय तब्बेत?

भाऊ : (करुणपणे) कशी वाटतीय?

पाटील : डोळे चमकताहेत. हेल्थ सुधारली की डोळ्यांत केवढा फरक पडतो, नाही?

यादव : तर !

ऐनापुरे : हां... डॉक्टर म्हणाले, लिव्हर मूळचीच चांगली म्हणून लौकर सुधारली.

पाटील : हां ऽ

भाऊ : (करुणपणे सगळ्यांना) लिव्हरला मराठी शब्द काय हो?...लिव्हरला मराठी शब्द काय हो?

[सगळे न सुचून गडबडून एकमेकांकडे पाहतात.]

चारू : (एकदम) यकृत.

[यादव विचित्रपणे हसतात.]

भाऊ : हं. यकृत! मी संतला विचारलं होतं. लिव्हर म्हंजे काय. तर चिडलाच एकदम.

प्रभा : आता त्या संतची आठवणदेखील काढायची नाही.

भाऊ : संतच्या मरणानं मी एव्हढा हबकलोय. जन्मात मला दारूची आठवण होणार नाही.

चारू : (रडवेला) नाही भाऊ, संत नाही. माझ्या गळ्याची शपथ घ्या भाऊ.

प्रभा : (रडवेली) संत नको न् पंत नको. मुलाच्या गळ्याची शपथच खरी.

भाऊ : (चाचरत, घाबरत चारूला) तुझ्या गळ्याची शपथ, दारूला स्पर्श करणार नाही. (करुणपणे) पाटील..ण

पाटील : बोला, बोला...

भाऊ : (करुणपणे) यादव...

यादव : अं?

भाऊ : (करुणपणे, घाबरून) मला... मला एकाकी पाडू नका रे.

[भाऊ हलके स्फुंदू लागतो, प्रभा भाऊला जवळ जाऊन आधार देते, 'आम्ही आहोत ना' असे म्हणत सगळेच भाऊला आधार द्यायचा प्रयत्न करतात. भाऊ हलके हलके स्फुंदतच राहतो.]

[अंधार]

अंक दुसरा

प्रवेश दुसरा

[तीन दिवसांनंतर. भाऊचे घर. संध्याकाळची वेळ. भाऊ एकटा आरामखुर्चीत. वर्तमानपत्र चाळतोय. अत्यंत अस्वस्थ. अंग ताठरवतो. सैल करायचा प्रयत्न करतो. प्रभा तिथे येते.]

भाऊ : किती वाजले ग?

प्रभा : सहा वाजले असतील.

भाऊ : अजून पाटील नाही आला?

प्रभा : पाटील काल आले होते.

भाऊ : अजून यादव नाही आला?

प्रभा : यादव परवा आले होते.

[भाऊ जास्त अस्वस्थ, उठून येरझारा घालू लागतो.]

प्रभा : आज ऐनापुरे येतील. काल परवा ते आले नव्हते. त्यांनी यायच्या आपापसात पाळ्या ठरवल्या असतील. ऐनापुरे यायलाच हवेत आज.

[आतून वह्यापुस्तकांसह चारू येतो, बाहेर क्लासला जायच्या गडबडीत.]

चारू : आई,चाललो मी क्लासला.

भाऊ : चारू ऽ...

चारू : (थांबून) अं?

भाऊ : वर्गात लग्न लागतं न तुझं?

चारू : (गडबडून) लग्न?

भाऊ : अं ऽ .. लग्न नव्हे रे, लक्ष.

चारू : हो.

[चारू जायचे - न जायचे होऊन थांबलाय.]

भाऊ : (स्वत:शीच) संताच्या मरणाची भीतीच वाटत नाहीय.

प्रभा : (घाबरून, पण जोरात) पण भीती वाटली पाहिजे.

भाऊ : वाटली पाहिजे....

प्रभा : (मध्येच,चारूला) तू जा.

भाऊ : पण वाटत नाहीयाय.

[ऐनापुरे येतात]

प्रभा : (उत्साहाने) ऐनापुरे आले...

ऐनापुरे : काय चारू क्लासला चाललाय?

चारू : हो ऽ...

ऐनापुरे : नमस्कार, वैनी. काय भाऊ, आज काय म्हणतीय तब्बेत ?

[चारू ह्या दरम्यान निघून जातो. ऐनापुरे बसून घेतात.]

प्रभा : चहा आणत्ये...

[प्रभा जाते.]

भाऊ : दारू नाही तर सगळे स्नायू कोकलताहेत.

ऐनापुरे : अं हं. तो शब्द, दारू हा शब्दसुद्धा उच्चारायचा नाही आता.

भाऊ : शरीराच्या सगळ्या स्नायूंना आतून ओढ लागलीय दारूची.

ऐनापुरे : लागू दे.

भाऊ : प्याली नाही तर स्नायूंना ताण बसतोय. (चेहरा वेडावाकडा करत, स्नायू, हात, बोटे आखडून घेत) हे असं करून बसावं वाटतंय. ही माझी नॉर्मल स्टेट होतीय. (अंग सैल करून) ही माझी अँबनॉर्मल स्टेट होतीय.

ऐनापुरे : होऊ दे. चार दिवस होईल. आं? संयम ठेवायचा. अगदी ठेवायचाय.

भाऊ : संयमाचा त्रास होतोय.

ऐनापुरे : होऊ दे.

भाऊ : संयम ठेवून ठेवून मी मरून जाईन. मरून जाईन. संत मेला तसा.

[प्रभा चहा घेऊन येते.]

प्रभा : (चहा देत) चहा...

भाऊ : (विचित्रपणे) ह्यॅ... चहा... ॲ...अं... ह्यॅ आ...

ऐनापुरे : भाऊ काय हे? अरे... संयम ठेवायचा.

भाऊ : चहा ....घे.

[भाऊ विचित्रपणे चहा पिऊ लागतो. ऐनापुरे, प्रभा चहा घेऊ लागतात.]

ऐनापुरे : भाऊ, ए भाऊ, तू दारूत कसा काय बुडालास? खरंच, वैनी, हा दारूत इतका कसा काय बुडला? भाऊ, मला एक आयडिया सुचलीय. दारू प्यायची इच्छा

माणसाला कशी होते, त्याचं आपण मूळच शोधलं पाहिजे.

प्रभा : मी सांगते मूळ...

ऐनापुरे : अं?

प्रभा : तिसऱ्यांदा महागाईभत्ता वाढला तेव्हापासनं ह्यांनी दारू प्यायला सुरुवात केली.

ऐनापुरे : हे काय म्हणताय वैनी?

प्रभा : मी सांगत्ये. पहिले दोन महागाईभत्ते वाढले, तेव्हा आमचं नीट भागून चार पैसे शिल्लक पडत होते. मग तिसरा महागाईभत्ता वाढला आणि (अंगठ्याने प्यायची खूण करून) 'हे' सुरू झालं. मग चौथा, पाचवा, सहावा, तसं 'हे' वाढतच गेलं.

ऐनापुरे : छे ! छे ! असं कसं.... वैनी...

प्रभा : खरं तर पगार कमी होता तेव्हा आम्ही साधं जेवत होतो. भात, वरण, पोळी, थोडं तूप. एखादी भाजी किंवा चटणी. कपडे थोडेच होते. मग पगार वाढला. जेवणात भाज्या वाढल्या. दह्याशिवाय पोट भरल्यासारखंच वाटेना. आठवड्यात एक तरी चेंज हवाच वाटू लागला. इडल्या, डोसे, कपड्यांचे जोड वाढले. मग आणखी पगार वाढला. ब्रेकफास्टची सवय लागली. चहाबरोबर बिस्कीट पायजेयं वाटू लागलं. मग फ्रीजही पाहिजे वाटू लागला. मग ह्यांची बिअर, मग रम, मग व्हिस्की... महागाईभत्ते वाढायलाच नको होते. जळ्ळे ते महागाई भत्ते!

ऐनापुरे : वैनी, हे चूक हं तुमचं. अहो, महागाईभत्ते वाढले नाहीत तर माझ्यासारख्यानं काय करायचं? माझी मुलगी आता लग्नाला आलीय. काय करायचं आम्ही?

भाऊ : आमाला एक तरी मुलगी हवी होती.

प्रभा : (विचित्रपणे) अं?

ऐनापुरे : हा महागाईभत्त्यांचा प्रश्न नाहीचाय. वैनी, भाऊचं मन वाहात गेलं हं ऽ...

भाऊ : मन वाहत गेलं हे आत्ता कळतंय. त्या त्या वेळेला कळलं नाही.

ऐनापुरे : बरं. ते जाऊ द्या. मला असं सांगा, की शिल्लक उरलेल्या पैशाचं आपण दुसरं काही चांगलं का करत नाही?

प्रभा : गेलो होतो ना आम्ही काश्मीरला. पण नेहमी कसं हो प्रवासाला जायचं?

ऐनापुरे : हां... म्हंजे मग प्रश्न असा, की एका ठिकाणी राहून शिल्लक उरलेल्या पैशाचं आपण दुसरं काही चांगलं का करत नाही?

भाऊ : (त्रासत) हं.

ऐनापुरे : भाऊ, आपण मूलभूत विचार करायला शिकलं पाहिजे हं. आपल्या मूलभूत

गरजा भागल्यानंतर आपण इतरांच्या मूलभूत गरजा भागविण्याकडे लक्ष का देत नाही? ह्या प्रश्नाचाही आपण विचार केला पाहिजे.

प्रभा : (भाबडेपणाने) खरं म्हंजे गरिबांच्याकडं आपण लक्ष द्यायला पाहिजे.

भाऊ : गरीबसुद्धा दारू पितात.

प्रभा : हे बाकी खरंच हं. गरीब लोकंसुद्धा दारू पितात. आपण गरिबांना मदत करणार आणि गरीब काय करणार, तर दारू पिणार.

भाऊ : (प्रभाला) ही... ही तुमची नॉर्मल स्टेट. दोन्ही पटतंय. एकदा पटतंय, गरिबांना मदत केली पाहिजे. दुसऱ्यांदा पटतंय गरिबांना कशाला मदत करायची? हा कन्फ्युजन आहे. गोंधळ आहे.

ऐनापुरे : भाऊ, हे... हे मात्र तुझं पटतंय मला. म्हंजे आम्ही गोंधळतो. आमच्या विचारात गोंधळच आहे. मान्य. पण तू नीट विचार करतोयस तर तू बोल. हं बोल.

भाऊ : मी नाही बोलणार.

प्रभा : (भाऊला) आम्ही गोंधळलेलो आहोत तर तुम्ही सांगा.

भाऊ : मी एकटा विचार करणार नाही.

प्रभा : दारूची सवय जशी तुम्हाला एकट्यालाच लागलीय, तशीच सोडायचंदेखील तुमीच शोधलं पाहिजे.

भाऊ : मी एकटा विचार करणार नाही. संत एकटा विचार कर करून मेला. मला एकट्याची भीती वाटतेय... मला एकाकी पाडू नका.

[भाऊ अंग, स्नायू ताठरवतो. उद्विग्न होतो. घाबराघुबरा होतो, कोसळतो, ऐनापुरे, प्रभा गडबडून, घाबरून जातात.]

भाऊ : (हलके स्फुंदत) मला एकाकी टाकू नका.

प्रभा : (हलके स्फुंदत) मी आहे नं तुमच्याबरोबर.

ऐनापुरे : (गोंधळून गडबडून) वैनी, शांत व्हा... भाऊ, शांत हो. मी शोधीन तुझं उत्तर... मी शोधीन.

[अंधार]

अंक दुसरा

प्रवेश तिसरा

[पुढचा दिवस. दुपारी दोनची वेळ. भाऊ घरात झोपलेला. प्रभा मासिक चाळत बसलेली. ऐनापुरे येतात. हळूच प्रभाला बाजूला बोलावून घेतात.]

प्रभा : अय्या, हे काय? आत्ताशी दोन वाजतायत. आज एवढ्या लवकर आलात? हे गाढ झोपलेत...उत्तर सापडलं वाटतं!

ऐनापुरे : वैनी, मी मुद्दाम आत्ता अशासाठी आलो....

प्रभा : हं ऽ

ऐनापुरे : वैनी, क्षमा करा. आज मी संध्याकाळी सहा वाजता येऊ शकणार नाही.

प्रभा : उशिरा या. सातला.

ऐनापुरे : अंऽ हं. नाही जमणार.

प्रभा : पाटील येणार आहेत का आज?

ऐनापुरे : मला माहीत नाही.

प्रभा : यादव येणार आहेत का आज?

ऐनापुरे : मला माहीत नाही हो ! मला जमणार नाहीयाय.

प्रभा : घरी काही अडचण आहे?

ऐनापुरे : वैनी, माफ करा, तुम्हाला सांगतो, गैरसमज करू नका, क्षमा करा. अहो वैनी, काल रात्रभर मला झोप नाही. रात्रभर मी विचार करत होतो. भाऊचा प्रश्न माझ्या लक्षात आलाय. म्हंजे मुद्दा. म्हंजे असं, भाऊला दारूची मनातून ओढ लागते. आणि ती ओढच गेली पाहिजे. मनाची ओढ गेली पाहिजे. मनाची ही ओढ घालवायची कशी? संयम ठेवला तर त्रास होतो. मग ही ओढ घालवायची कशी? वैनी, रात्रभर विचार केला. छे ! छे ! डोकं कावून गेलं. वैनी, सामान्य माणूस आहे मी, मला कसं उलगडणार ते? वैनी, क्षमा करा. मला मूलभूत नाही हो विचार जमणार. क्षमा करा. भाऊ उठायच्या आत जातो मी...

प्रभा : (काकुळतीने) नसू द्या उत्तर. नुस्तेच या.

ऐनापुरे : आज नाही जमणार हो...क्षमा करा.

प्रभा : या ऽ हो.

ऐनापुरे : वाट नका पाहू. वाटलं तर यीन. आणि गैरसमज नका करू. माफ करा.

[ऐनापुरे जातात. प्रभा बधिरपणे स्तब्ध.]

प्रभा : (स्वत:शी) काय बाई तरी! म्हणे आम्ही सामान्य! मनाला ओढ लागते ती जायची कशी ह्याचं उत्तर सापडत नाही ! हं ! पळून जातोय ! म्हणे सामान्य ! स्वार्थी ! हा कसला मित्र !...माझी मी एकटी सांभाळेन ह्यांना ...

[प्रभा मासिक चाळत बसते. पण अस्वस्थ. थोड्या वेळाने भाऊ उठतो. तोंड वगैरे धुतो, प्रभा चहा करून आणते. दोघे चहा पिऊ लागतात.]

भाऊ : अगदी प्रसन्न वाटतंय बघ. अगदी छान, एकदम फ्रेश. प्रभा, किती सुंदर आहे नाही हे जीवन!

प्रभा : हो नं...

भाऊ : सकाळी उठायचं, तुझ्या हातचा चहा प्यायचा, मग पर्वतीवरनं फिरून यायचं. अंग शेकत मस्त आंघोळ करायची. मग शिरा खात वर्तमानपत्र वाचायचं, तेव्हा वाटतं, असंच आनंदात आपण ऑफिसलासुद्धा जाऊ, रजा नसली तर...मग दुपार होते, तुझ्या हातचं जेवण जेवायचं, पुन्हा वर्तमानपत्र चाळायचं, तर छान झोप लागते. लिव्हर मस्त झालीय. छान गाढ झोप. शेजारी तू असतेसच. आहाहा ! झोप झाली की...

प्रभा : सगळं छान होईल आता.

[थोडी शांतता.]

भाऊ : प्रभाऽ

प्रभा : हं.

भाऊ : दुपार संपते. संध्याकाळ सुरू होते. आणि....आणि फार अस्वस्थ व्हायला लागतं ग ऽ. सारखी आठवण होते. दारूची. लिव्हरला. संध्याकाळची फार भीती वाटते गं !

प्रभा : संध्याकाळच्या सहा ते नऊच्या सिनेमालाच जायचं का आपण? डॉक्टर म्हणत होते, मन रमवायचं दुसरीकडं.

भाऊ : रोज सिनेमाला जायचं?

प्रभा : इश्श! गरज पडली तर रोज जाऊ. त्यात काय? दारूत पैसा जाण्यापेक्षा सिनेमात घालवू.

भाऊ : हं ऽ.

प्रभा : आवरू मी? जाऊयाच सिनेमाला. शेजारी किल्ली ठेवू चारूसाठी.

भाऊ : नको.. सिनेमा नको. सिनेमात दारू प्यायचा एक तरी सीन असतोच.

प्रभा : म...ऽ आपण फिरायला जाऊ.

भाऊ : कुठं?

प्रभा : बागेत जाऊ.

भाऊ : बागेत...संत म्हणाला होता, बागेत जाऊ... आलाच नाही बागेत. वारला.

प्रभा : नकोच जायला बागेत मग.. संतची आठवणसुद्धा नको. ...आपण एक टेपरेकॉर्डर आणू या का? छान गाणी टेप करून ठेवू. तुम्ही अस्वस्थ झालात की गाणी ऐकायची.

भाऊ : नको... गाणी नको. स्वर व्याकुळ करतात. त्यांनी जास्तच अस्वस्थ वाटायला लागेल.

प्रभा : मग काय करू या -

भाऊ : अग, ते मी कसं सांगू? मी अस्वस्थ होतो, मी पेशन्ट आहे, तू पेशन्ट नाहीस तर तूच काही तरी उपाय शोधला पाहिजेस. मला काय विचारतेस उपाय? पेशन्टला !

[प्रभा अस्वस्थ होते. भाऊ ताठरतो. एका ठिकाणी बसू शकत नाही. येरझारा घालू लागतो.]

प्रभा : (दचकून) सहा वाजले असतील, नाही?

भाऊ : संतच्या मरणाची भीती वाटत नाही.

प्रभा : (जोरात) पण भीती वाटलीच पाहिजे.

भाऊ : अरे, पण वाटत नाहीयाय.

प्रभा : (जोरात) मी म्हणत्ये वाटलीच पाहिजे.

भाऊ : (ओरडून) नाहीयाय वाटत मला.

[असा गोंधळ, आरडाओरड चालू असताना चारू येतो.]

चारू : आई, लवकर खायला दे, क्लासला जायचंय.

प्रभा : (कुजबुजत) चारू, आज क्लासला नाही गेलं तर चालेल का रे? माझ्या सोबतीला थांब की.

चारू : छे! यंदा बारावी आहे. यंदा बोंब झाली की आयुष्यभर बोंब. क्लासला गेलंच पाहिजे.

भाऊ : पाटील नाही आला?

प्रभा : हो...ना. (चारूला) तू थांब आज.

भाऊ : यादव नाही आला?

प्रभा : हो ना. (चारूला) तू थांब.

चारू : भाऊ, मी क्लासला जाऊ नं?

भाऊ : तू क्लासला जा, चारू. तुझं हे महत्त्वाचं वर्ष आहे.

प्रभा : (चारूला) बरं, तू जा, चारू.

भाऊ : ऐनापुरे नाही आला अजून?

प्रभा : हो ना.

चारू : (आईला) आई, काय झालंय भाऊंना?

प्रभा : (कुजबुजत) भाऊंना ह्या वेळेला, 'ह्या'ची फार आठवण येते. संयमाचा त्रास होतो.

चारू : भाऊ, तुम्हाला माझ्या गळ्याची शप्पत ....

भाऊ : (ओरडून) तू जा क्लासला.

[चारू पुस्तके घेऊन जातो. भाऊ वेगाने येरझारा घालतो. प्रभा अस्वस्थ.]

भाऊ : संतच्या मरणाची भीतीच वाटत नाही मला!

प्रभा : (घाबरून, पुटपुटत) जळ्ळे मेले ते मित्र. ऐनवेळेला येत नाहीत. म्हणे सामान्य मी ! पळपुटे. असामान्य माणसांना असतं एकच्या एकच काम. पंतप्रधान व्हायला धडपड, क्रांतीसाठी लोकांना पेटव. पण सामान्यांनी तरी सगळ्यांच्या सुखदुःखाचा विचार नको करायला?

भाऊ : प्रभा ऽऽऽ

[प्रभा दचकते.]

भाऊ : काय घाण झालीय इथं? इथला केर काढ आधी. (प्रभा केरसुणी आणते) थांब. आधी आवर सगळं. ते वर्तमानपत्र घडी करून ठेव आधी. ते पंचांग कुणी काढलं? जिथल्या तिथं ठेव. सगळ्या वस्तू जिथल्या तिथं ठेव. हा पावडरचा डबा इथं कशासाठी ठेवलाय? उचला. जिथल्या तिथं ठेवा. (प्रभाला धरून) आणि हे बघ, तू पावडर नीट लावत जा. आत्ता तू लावली नाहीयस. पण लावतेस तेव्हा इथं थोडी तिथं थोडी अशी, कशी तरी लावत जाऊ नकोस. सगळ्या चेहऱ्यावर समतोल लावली पाहिजे. हे बघ, (पावडर हातावर घेतो, सांडते) आणि अशी सांडता कामा नये. फक्त हातावर पडली पाहिजे आणि सगळ्या चेहऱ्याला प्लेन लावली पाहिजे.

समतोल. आत्ता लावायची नाही नं? कागद आण, त्यात ही ठेव. वाया घालवायची नाही हं. पुडी नीट ठेव. आधी केर काढ. स्वच्छ प्रसन्न वाटलं पाहिजे. अग, हं हं म्हणावं.

[प्रभा केर काढू लागते. मधनं मधनं हं हं करते.]

भाऊ : कोचाखाली केर राहिला बघ. फडक्यानं कोच साफ कर बघू. कपाट पूस. हं. आरसा पूस. सगळं घर स्वच्छ पाहिजे. घरात आनंद वाटला पाहिजे. घरात आनंद असतो आणि मग तो मनात उतरतो. का मनातच आनंद असतो? ते फडकं डोळ्यांसमोर नको.

[भाऊ दमून कोचावर बसतो. अंग, चेहरा ताठरवतो.]

प्रभा : (घाबरून) लिव्हरच्या जागी दुखतंय का?

भाऊ : (चिडचिडत) ह्यॅ !..ऐनापुरे नाही आला?

प्रभा : न येऊ द्या. मी आहेय ना तुम्हाला... तुम्ही एकाकी नाहीय.

भाऊ : संतच्या मरणाची भीतीच वाटत नाही.

प्रभा : आता घर स्वच्छ दिसतंय, नाही? कसं प्रसन्न वाटतंय! आता रोज अशी स्वच्छता मी ठेवीन.

भाऊ : तो मुद्दा संपला आता. आता दुसरा मुद्दा काढ.

प्रभा : दुसरा कसला मुद्दा. माझ्या ध्यानात नाही येत.

भाऊ : दुसरा काही तरी मुद्दा. लौकर. माझं मन रमव. ऐनापुरे नाही आला?

प्रभा : मरू द्या त्याला... मी आहेय नं ....तुम्हाला.

भाऊ : लौकर.

प्रभा : हो, लौकर. काय?

भाऊ : लौकर. संतच्या मरणाची भीतीच वाटत नाही.

प्रभा : हो, लौकर. आलेच......

[प्रभा आत जाते. तोंड धुऊन येते. भाऊसमोर नटते. स्त्रीत्वाचे थोडे प्रदर्शन करते.]

प्रभा : कशी दिसतेय?

भाऊ : ह्याचा काही उपयोग नाही आत्ता. पंचवीसतीस वयापर्यंत ह्याचा उपयोग होतो. लौकर. दुसरं. संतच्या मरणाची भीती वाटत....

प्रभा : मरू द्या त्याला! मी आहेय न...

भाऊ : लौकर. थकलो मी!

प्रभा : तुम्ही स्वच्छ व्हा बघू. छान कपडे करा. म्हंजे प्रसन्न वाटेल.

भाऊ : संतच्या मरणाची...

प्रभा : चला, तुम्ही स्वच्छ व्हा. छान कपडे करा. म्हंजे प्रसन्न वाटेल. थांबा मी आणते कपडे...

[प्रभा आत जाते. भाऊ गळून नुसताच बसून. प्रभा पँट, शर्ट, कोट घेऊन येते. भाऊला देते, भाऊ फक्त कोट घेतो, घालतो.]

भाऊ : थकलो मी. संयम झेपणार नाही मला. मी मरून जाईन. संत मेला तसा.

[भाऊ डोळे गच्च आवळून घेतो, स्नायू ताठरवतो. प्रभा घाबरी. भाऊ डोळे उघडतो, अंग सैलावतो.]

भाऊ : प्रभा, आता शांत वाटतंय...

प्रभा : (आनंदून) मी आहेय न तुम्हाला...

भाऊ : संयमाशी लढाई करून थकलो मी. प्रभा, मला भूक लागलीय ग ऽ

प्रभा : पोहे करू खायला ?

भाऊ : प्रभा, पापड दे ग तळून... आणि सोडा....

प्रभा : हो....देत्ये.....पापड... आणि सोडा....

[प्रभा आत जाते.]

भाऊ : पापड भाजूनच आण... लौकर

प्रभा : (आतून) हो. झालंच.

भाऊ : सोडा आण. आधी.... आधी .... ते ग्लास...आण... आधी....

[प्रभा लगबगीने सोड्याची बाटली, ग्लास आणून देते.]

भाऊ : पापड भाज.... आधी....

[प्रभा आत जाते. भाऊ सोडा ग्लासात ओततो, घोट घोट घेतो. प्रभा पापड घेऊन येते]

प्रभा : हे घ्या... पापड.

[भाऊ पापड खात, सोडा पितोय. प्रभा बघत राह्यलीय. चारू येतो.]

चारू : (ते दृश्य बघून आश्चर्याने) भाऊ ?

प्रभा : (चारूला) शू:! बोलू नकोस, संयमाशी लढाई करून भाऊ दमलेत. भूक लागलीय त्यांना. चल, तूही पापड खा.

[प्रभा आत जाते. चारू भाऊकडे बघत बघत आत जातो. संत येतो. हा भाऊला झालेला भास होय.]

संत : भावड्या, तू एकटाच पितोयस. एकट्यानं पिणं चांगलं नाही.

भाऊ : (प्रचंड गडबडून) मी पीत नाहीये. (उठून सैरभैर होत, विचित्रपणे हातवारे करत, गडबड उडवत) मी पीत नाहीये.

[संत जातो. भाऊची गडबड ऐकून प्रभा, चारू येतात. प्रभा, चारू हेही गडबडलेले, घाबरलेले.]

प्रभा : (भाऊला) काय झालं?

भाऊ : (गडबडून) मी पीत नाहीय.. संत म्हणतोय, मी एकटाच पितोय.

प्रभा : (आणखी घाबरून) संत म्हणतोय? संत मेलाय. संत मरून गेला.. चला, खा, पापड खा.

[प्रभा भाऊला पापड भरवते.]

[अंधार]

अंक दुसरा

प्रवेश चवथा

[पुढचा दिवस. दुपारची अडीचची वेळ. चारू अभ्यास करू पाहतोय. पण होत नाहीय. प्रभा अस्वस्थपणे आतबाहेर करत्येय. मधून मधून वस्तू इकडे तिकडे टाकून मुद्दाम पसारा करत्येय.]

चारू : अडीच वाजले. कॉलेजातलं प्रॅक्टिकल संपलं असेल. ह्यॅऽ! मी जातो कॉलेजला. तीनला लेक्चर्स सुरू होतात.

प्रभा : आजच्या दिवस बुडू दे कॉलेज. घरी अभ्यास कर ना.

चारू : (चिडचिडत, ओरडत) माझं कॉलेज बुडवलंस.

प्रभा : ओरडू नकोस. भाऊंची झोपमोड होईल.

[थोडा वेळ चारू, प्रभा अस्वस्थपणे शांत.]

प्रभा : चारू, चारू, मी म्हणत्येय, माणसाला एखादी गोष्ट नाही मिळाली तर एवढं अस्वस्थ का रे होतं?

चारू : (चिडून) माझं कॉलेज बुडवलंस.

प्रभा : अरे, मी जनरल विचारत्येय. एखाद्या माणसाला एखादी गोष्ट नाही मिळाली तर एवढं अस्वस्थ का होतं?

चारू : माझं कॉलेज बुडवलंस उगाचच्या उगाच.

प्रभा : अरे, माझंच मी विचारत्येय. मला अजूनपर्यंत पाटल्या नाहीयत तर मला अस्वस्थ होतं. तर हा अस्वस्थपणा घालवायचा कसा?

चारू : उगाच काही तरी बडबडू नकोस. मला अभ्यास करू दे.

[भाऊ झोप संपवून येतो. त्याच्या हातात वर्तमानपत्र.]

भाऊ : काय बडबड चालवलीय रे? सगळी झोपमोड झाली. प्रभा, चहा कर.

प्रभा : हो.

[प्रभा जाते. चारू अभ्यास करायचा प्रयत्न करतो. भाऊ वर्तमानपत्र वाचत राहतो. प्रभा चहा घेऊन येते. भाऊला, चारूला देते, स्वतः घेते.]

चारू : (चहा घेत) आमच्या बारावीचं दिवाळं वाजणार यंदा.

[कुणीच बोलत नाही. तिघे चहा पितात. भाऊ वर्तमानपत्र वाचण्यात गुंग. प्रभा कपबशा गोळा करून जाते. चारू येरझारा घालू लागतो. प्रभा येते.]

प्रभा : चारू ! येरझाऱ्या घालू नकोस.

चारू : मला करमत नाहीय. उगाचच्या उगाच माझं कॉलेज बुडवलंस.

प्रभा : अस्वस्थ होऊ नये, अरे.

चारू : अस्वस्थ होऊ नये काय?

भाऊ : (वर्तमानपत्रातून) मी वाचतोय. गप्प बसा ना जरा.

[थोडा वेळ शांतता.]

प्रभा : (चारूजवळ जाऊन, कुजबुजत) अस्वस्थपणा घालवायचा कसा ते शोधून ठेव.

चारू : तू शोध की.

प्रभा : (स्वत:शी पुटपुटत) मला समजत नाहीय. अस्वस्थपणा घालवायचा कसा ते कुणी सांगत पण नाही.

चारू : (एखादी येरझार घालत) घरात सगळा पसारा झालाय, शीः !

प्रभा : असू दे. मुद्दाम केलाय मी. नंतर आवरायचा. भाऊ अस्वस्थ झाल्यावर.

चारू : (वेडावत) म्हणे मुद्दाम केलाय मी.

भाऊ : अरे, काय बडबड चालवलीय मघापास्नं? आं? ..

[बाहेरून आवाज : पोस्टमऽन.]

[पोस्टमन पत्र देऊन जातो. प्रभा घेते, चारू प्रभाकडून पत्र हिसकावून घेतो.]

प्रभा : अरे, हे काय?

चारू : भाऊ, इकडं लक्ष द्या. पत्र मोठ्यांदा वाचतो. म्हंजे प्रत्येकाने वाचत बसायला नको. नातेवाइकांची पत्रं म्हंजे बोअरिंग असतं. रा रा भाऊ आणि सौ प्रभास सा न आमचे कुटुंब सौ वसुधा उद्या सौ कमलकडे पुण्यास येत आहे. तुमच्याकडेही ती येऊन जाईलच. चि अमित ठीक. बाकी ठीक. तुमच्याकडची हालहवाल कळवावी. चि चारूचा अभ्यास कसा चाललाय? बारावी म्हंजे महत्त्वाचे वर्ष. असो. कळावे. आपला राजा ..... आमच्या अभ्यासाची बोंब चाललीय.

[पत्र संपल्यावर भाऊ पुन्हा वर्तमानपत्र वाचनात गुंग.]

प्रभा : चि चारू असं वाचू नै, चारू. चि म्हंजे चिरंजीव. चिरंजीव म्हणावं.

चारू : सगळा मूडच गेलाय. वाटोळं होणार.

प्रभा : (जणू स्वत:शीच) पाच वाजले असतील नै.... आज पाटील येणार नाहीत...यादव येणार नाहीत... ऐनापुरे पण येणार नाहीत...

चारू : (चिडून) स्वस्थ बैस की जरा.

प्रभा : (चिडून) तुझा तू अभ्यास कर.

[थोडा वेळ शांतता. प्रभा भाऊजवळ जाते.]

प्रभा : अहो, हा पसारा आवरायचा का हो? सगळं स्वच्छ केल्याशिवाय मनाला प्रसन्न वाटणार नाही.

भाऊ : (वर्तमानपत्रातून) असू दे. घर म्हटलं की पसारा असणारच.

[प्रभा भाऊच्या वर्तमानपत्रात वाकून पाहते, मग लगबगीने चारूकडे जाते.]

प्रभा : (कुजबुजत, चारूला) भाऊ काय वाचताहेत पाहिलंस? आदिवासी आणि त्यांची व्यसनं.

चारू : (दुर्लक्ष करून दूर होत) काही अभ्यास होत नाहीय. बारावीला काठावर पास होणार. इंजिनियरिंग नाही न् काही नाही. व्हा बीएस्सी न् व्हा मेडिकल रिप्रेझेंटेटिव्ह न् हिंडा गावोगाव, राहा एकटं लॉजवर न् प्या दारू!

प्रभा : (ओरडून) चारू!

[भाऊ वर्तमानपत्र बाजूला टाकतात. शरीर ताठरवतात, सैलावण्याचा प्रयत्न करतात.]

भाऊ : (जणू स्वत:शी) लोअर क्लासमधल्या दारूच्या व्यसनात सापडलेल्या माणसासारखी अवस्था झालीय माझी. एखादा नट किंवा कारखानदार जसं सारखं दारूचं मनात ठेवतो तसं झालंय माझं. अमेरिकेत दारूपेक्षा जहाल ड्रग मिळतात.... रशियात कम्युनिस्ट व्होडका पितात... संत म्हणाला होता, मी एज्युकेटेड आहेय. आहे. आहे एज्युकेटेड. मला अमेरिकेचं कळतं. मला रशियाचं कळतं. संताच्या मरणाची भीतीच वाटत नाही मला... (चारू-प्रभाला) अरे, तुम्ही ऐकताय का नाही?

प्रभा आणि चारू : (एकदम घाबरून) ऐकतोय आम्ही.

प्रभा : आपण फिरायलाच जाऊ.

भाऊ : (ताठरून सैलावण्याचा प्रयत्न करत, उठून उभे राहून) पाय. पाय कोकलताहेत. संतासाठी. दारूसाठी. थरथरताहेत.

प्रभा : तुम्ही बसा बघू. नाही तर पडून राहा स्वस्थ. म्हंजे बरं वाटेल.

भाऊ : संत....संत मेला... म्हंजे त्याचं काश्मीर पाहायचं राह्यलंच... मी काश्मीर पाहिलं.... संतनं मला एकदा एकाकी पाडलं होतं.

प्रभा : तुम्ही एकाकी नाहीय. मी आहेय. चारू आहेय.

भाऊ : संत मत्सर करत होता माझा. माझी लिव्हर चांगली म्हणून.

प्रभा : आता त्या संताची आठवणसुद्धा काढू नका.

भाऊ : अरे, तुम्ही माझं ऐकताय का नाही?

प्रभा : ऐकत्येय मी.

भाऊ : संतची दारू पूर्ण सुटली असती... तर काय केलं असतं त्यानं ?

प्रभा : ऐकत्येय मी.

भाऊ : संतच्या मनात राग, लोभ, मत्सर, मतं राह्यलीच असती.

प्रभा : ऐकत्येय मी.

भाऊ : मनात राग, लोभ, मत्सर, मतं वागवत वयाच्या पंच्चाहत्तराव्या वर्षी किंवा ऐंशीव्या वर्षी मेला असता तो.

प्रभा : ऐकत्येय मी.

भाऊ : समजा संत शंभर वर्ष जगला असता, तर त्याच्या मनातलं सगळं सुटलं असतं? दारु सुटली तशी?

प्रभा : ऐकत्येय मी.

भाऊ : समजा तो पाचशे वर्ष जगला असता?

भाऊ : ऐकतेय मी.

भाऊ : पाचशे वर्ष जगला असता तर पाचशे वर्षाचं त्याच्या मनात साठलं असतं. अरे, तुमी ऐकताय की नाही?

प्रभा : ऐकत्येय मी. (चारुला कुजबुजत) मधून मधून ऐकतोय मी, म्हण ना रे.

चारु : माझ्या बारावीचं वाटोळं होणार.

प्रभा : (भाऊला) ऐकत्येय मी.

भाऊ : सारखी बडबड करावीशी वाटतीय.

प्रभा : करा. मी ऐकत्येय.

भाऊ : माणसं दारू पिऊन बडबड करतात. मी दारू नाही म्हणून बडबड करतोय.

प्रभा : ऐकत्येय मी. (चारूला) म्हण ना रे.

भाऊ : बडबड करून वेड लागेल मला... वेड लागेल.

प्रभा : ऐकत्येय मी, (चारूला) म्हण ना. दमल्ये मी.

चारू : माझ्या बारावीचं वाटोळं आहेय यंदा.

भाऊ : दारू पिऊन लिव्हर खराब होण्यापेक्षा बडबड करून मेंदू खराब झालेला बरा.

प्रभा : ऐकत्येय मी.

भाऊ : नाही. नाही. संयम झेपणार नाही मला. बडबड करून मरून जाईन मी! मरून जाईन.

प्रभा : आम्ही आहोत नं तुम्हाला. तुम्ही शांत व्हा. अजिबात बडबड करू नका.

[भाऊच्या ओठांची हालचाल होतेय, नुस्तेच आवाज होतायत.]

प्रभा : तुम्ही बडबड करू नका. मी बडबडेन. चारू बडबडेल. कशावर बडबड करू मी? सुचतच नाही... आपण माझ्या भावाकडं जाऊ या का हो? माझी वैनी इतकी बडबडी आहे. (चिडल्यागत) तिला माणसं नको असतात अगदी. पाहुणे आले की नवऱ्याला बडबडून बडबडून बेजार करते.

भाऊ : तुझ्या भावाकडे?

प्रभा : हं.

भाऊ : नको. तुझ्या भावाकडं नको. तिकडेसुद्धा अशी संध्याकाळ होणार. मला संतच्या मरणाची भीती वाटणार नाही. लिव्हर कोकलणार. मी बडबड करणार. माझी बेअब्रू होणार.

प्रभा : अय्या! खरंच की हो. एकदम आठवलं. आपण सांगलीला राजाकडंच जाऊ या. माझ्या आत्त्याच्या नवऱ्यानं एवढी इस्टेट कमावलीय! आणि आत्त्याचा मुलगा राजा, काही कर्तृत्व नाही त्यांच्या अंगात. नुस्ती बडबड करतो. त्याच्याकडेच जाऊ आपण. आणि तुम्हाला सांगते, राजा अगदी दुःखी असतो. त्याची बायको वसुधा, त्याला अगदी मुठीत ठेवायला बघते. बिच्चारा! आणि बरं झालं बाई, वसुधा इकडं आलीय, तर आपण तिकडं जाऊ. एकटा राजा इतकी बडबड करेल, आणि बरं का हो, राजाचं दुःख बघून तुम्हाला बरे वाटेल. आणिक सांगत्ये, वसुधाचा स्वभाव इतका विचित्र आहेय! हं ऽ आत्ता सापडला मला विषय. वसुधा! आता मी वसुधावर इतकी बडबड करेन!

[अंधार]

अंक दुसरा

प्रवेश पाचवा

[पुढच्या दिवसाची सकाळ. घरात चारू आणि प्रभा. चारू अभ्यास करायचा प्रयत्न करतोय. प्रभा आवराआवर करत इकडेतिकडे करत्येय.]

चारू : (चिडचिडत) आज मी कॉलेजला जाणार.

प्रभा : अरे, तू थोडी तरी परिस्थिती समजावून घे ना. असं काय करतोयस?

चारू : तुला कळत कसं नाही? हे बारावीचं वर्ष आहेय. काल माझं कॉलेज बुडवलंस. आज मी कॉलेजला जाणार.

प्रभा : मला सगळं कळतंय. तू थोडं समजुतीनं वाग. तुम्हा पोरांचे संप, मोर्चा असतात तेव्हा नाही कॉलेज बुडत? आणि भाऊंसाठी दोन दिवस बुडवायचे तर असं करतोयस ? भाऊंच्या लिव्हरला दारूची आठवण येत्ये, ती मोडली की झालं. मग आपलं नॉर्मल जीवन सुरू होईल. पाटील, यादव, ऐनापुरे हे असे निघाले. निघू दे. तू नी मी मिळून भाऊंना साथ द्यायची बघ. भाऊंना एकाकी पाडायचं नाही. मी तर म्हणत्येय, आपण आजच निघू सांगलीला. दोनचार दिवस राहू. राजा इतका बडबड्या आहेय! भाऊंना, मला, तुला अजिबात बडबड करावी लागणार नाही. राजा अगदी दुःखी आहे. त्याची बायको वसुधा, वसुधावैनी हृदयानं पार कोरडी. राजाला प्रेमच नाही मिळत. राजाचं दुःख बघून भाऊंना बरं वाटेल बघ. आणिक तुला सांगत्ये, वसुधा पुण्याला आलीय नं, तर आज नाही तर उद्या ती आपल्याकडे येणारच आणि तिला भाऊंची ही अवस्था दिसली म्हंजे काय होईल रे? त्यापेक्षा आपण आजच निघू सांगलीला.

चारू : तुम्ही जा.

प्रभा : तूही चल, माझं ऐक.

चारू : तुम्ही दोघंच काश्मीरला नव्हता गेला?

प्रभा : ते वेगळं. आत्ता भाऊ नीट नाहीत. प्रवासात अस्वस्थ झाले तर मी एकटी काय करणार?

चारू : भाऊंना एकदा सांग बरं, अस्वस्थपणावर कायमचा उपाय शोधून काढा म्हणावं.

प्रभा : तेच तर काल मी तुला विचारत होते, अस्वस्थपणा घालवायचा कसा?

चारू : तू शोध की मग.

प्रभा : कुण्णी सांगणार नाही बघ. तुला सांगत्ये, माझी ती मैत्रीण मीना आहे नं, तर तिच्या नवऱ्याला प्रमोशन मिळालं नाही म्हणून अस्वस्थ. खरं तर तिच्या नवऱ्याला चांगला पगार आहेय, घरी फ्रीज आहे, टीव्ही आहे, सोनं आहे, तरी अस्वस्थ. मलासुद्धा अस्वस्थपणावर उपाय शोधायचाय... आपण सगळी अस्वस्थ माणसं एकत्र येतो आणि सगळा गोंधळ करतो. कुण्णी कुणाला खरी मदत करत नाहीय बघ... बरं का चारू, मला एकदा एकांत मिळाला पाहिजे, सगळ्या गोष्टींचा एकदा विचार करायचाय.

चारू : एकांत कुठंही मिळणार नाही, इथंच विचार करायला पाहिजे.

प्रभा : (खिडकीकडे जात) इथं हा गोंधळ!

चारू : ह्या गोंधळातच विचार करायला हवा.

प्रभा : (खिडकीतून बघत, घाईने) भाऊ आले, ...हे असं होतंय बघ, एकांत म्हणून मिळत नाही.

[थोड्याच वेळात भाऊ येतो, पायात फिरायला जायचे बूट, गळ्याशी मफलर, हातात फुलांचा गुच्छ. प्रभा लगबगीने भाऊजवळ पोचते.]

भाऊ : (फुलांचा गुच्छ प्रभापुढे करत, मोरोपंताच्या केकावलीच्या सुरात) न ना न नी न ने....

प्रभा : (फुलांचा गुच्छ घेत)चारू, भाऊ आज आनंदात आहेत.

भाऊ : (खुर्चीवर बसत) प्रभा, पाणी घे गऽऽऽ

प्रभा : हो आणत्ये.

[प्रभा आत जाते. भाऊ बूट काढायचा प्रयत्न करून सोडून देतो. न ना न नी न ने असं भाऊंच्या चालीवरच गात प्रभा लगबगीने पाण्याची बाटली, फुलपात्र घेऊन येते. पाण्याची बाटली बिअरच्या बाटलीसारखी आहे. भाऊ ती बाटली घेऊन विचित्रपणे बाटलीकडे बघत राहतो.]

प्रभा : पर्वतीवर प्रसन्न वाटत असेल नाही? सकाळचं?

भाऊ : पर्वती चढत होतो... तर समोरून एक माणूस....संतसारखा... पर्वती चढून गेलो, तर दुसरा एक माणूस.. पुन्हा संतसारखा....पुन्हा तिसऱ्यांदा....चौथ्यांदा...पाच-सहा वेळा असं झालं.

चारू : (घाबरून) भास नं?

प्रभा : (घाबरून) भासच ! भुताचं सकाळी काय काम असणार...त्रास होतोय?

लिव्हरच्या जागी दुखतंय?

भाऊ : लिव्हर कोकलतीय. (हातातली बाटली ठेवत) ह्याच्यासाठी. संयमाचा त्रास होतोय.

प्रभा : आत्तापासून अस्वस्थ होतंय? अं? रोज पाचला संध्याकाळी सुरू होतं. आज आत्तापासूनच?

भाऊ : काय होईल ते होईल, एकदाची घेऊनच टाकतो.

प्रभा : अं....अं...आपण निघूयाच सांगलीला, चला, आवरायला लागू, आवरता आवरता मी बडबडेन.

चारू : (एकदम) ऐकतोय मी.

प्रभा : छान चारू. (भाऊला) हे पाहा, तुम्ही अजिबात बडबड करू नका, हं ! मी बडबड करत सगळं आवरते, आहेय काय त्यात? काल सगळं मी वसुधावर बडबडल्ये ना हो? आज काय बरं मी बडबडू? जळ्ळा माझा आवाज पण चांगला नाही, नाही तर मी गाणी म्हटली असती. पण सापडेल मला विषय, किती वाजले हो?

चारू : माझं कॉलेज?

प्रभा : चारू, कॉलेज कॉलेज करू नकोस. आपल्या देशात इतकी गरीब मुलं आहेत, त्यांना कधीच कॉलेजात जायला मिळत नाही आणि तुझं दोन दिवस कॉलेज बुडलं म्हणून काय झालं? आपण दोनचार दिवस राहायचं सांगलीत. वसुधा आपल्याकडं यायच्या आधीच जाऊ आपण. तिच्यादेखत नको तमाशा. राजाचं काही नाही वाटत. तो आहे अकर्तृत्ववान....चारू, आपण असं करू या, जेवण होईपर्यंत मी बडबडेन. प्रवासात तू बडबडायचं. बडबडलं की भाऊंना एकाकी नाही वाटत. (भाऊला) तुम्ही आंघोळ करा. लिव्हर शेका. छान वाटेल. मी सैंपाक करते. हिरव्या मिरच्यांची चटणी करते. झणझणीत. लिव्हरला झणझणीत बरं वाटेल. लिव्हरची कंड मोडेल... चारू, प्रवासाच्या वेळात तू बडबड करायचीस हं. नाही तरी प्रवासात मुलांचं कुतूहल जागं होतंच. आधी गाडीतल्या माणसांचा अंदाज बांधायचा न् मग माणसं मोजायची. अंदाज चुकतोच. मग मजा येते. झाडं उल्टी जाताना दिसतात ते का? सांगायचं. चालू असलेली गाडी मधेच थांबली की प्रवासी पुढच्या दिशेने झुकतात. त्याचं कारण सांगायचं. मी लहानपणी इतकी बडबडी होत्ये! आणि प्रवासाच्या वेळात तर इतकी बडबडायची! हे विचार, ते विचार; पण पुढं पुढं विचारायचाच कंटाळा येऊ लागला. ह्या स्टेशनचं नाव अमूक-तमूक असं कळून उपयोग काय? त्यापेक्षा गाडीच्या घरघरीत काय छान

झोप लागते! मी काश्मीरच्या प्रवासात काय छान झोपायची, नाही का हो? भारताचा एक प्रांत संपून दुसरा कधी सुरू झाला तेसुद्धा माझ्या लक्षात यायचं नाही. आणि तुम्ही सगळा काश्मीरचा प्रवास दारूच्या धुंदीत केला. माणसाला धुंदी पाहिजेच. चारू, आता सांगलीहून परतल्यावर धुंद होऊन अभ्यास कर. क्रांतिकारी माणसं असतात नं, अगदी धुंद होऊन गोळ्या घालतात. धुंदी असल्याशिवाय कोण गोळ्या घालील? (स्वत:च्या तंद्रीत) धुंदी नसली तर माणूस साधं जगेल. साधं सरळ जगता येत नाही, म्हणून माणसं धुंदीच्या मागं धावतात. (मधेच चारू निघून जातो) दारू पिऊन धुंद होतात. ध्येयानं धुंद होतात. पैशाच्या मागं लागून धुंद होतात. (धापा टाकते. थोडी विश्रांती घेते. इकडे तिकडे बघत) चारू कुठं गेला? (भाऊजवळ जाऊन कुजबुजत) चारू बाहेर गेलाय तेवढ्यात एक गंमत सांगू का? हसायचं नाही हं! मी पुरुष असते नं, तर खूप प्यायले असते. आता हल्ली बायकाही पितात म्हणा. पण सुधारलेल्या. मी एवढी सुधारणार कधी न् पिणार कधी? अं ! तुमच्याबरोबर एकदा प्यायला पाहिजे होतं. तुमची लिव्हर खूप खूप छान झाली की आपण एकदा प्यायची हं. चारूला मामाकडं पाठवायचं न् आपण दोघांनीच प्यायची. धुंद व्हायचंय मला. (हसते.)

[चारू येतो.]

प्रभा : अरे, कुठं गेला होतास?

चारू : (वैतागून) लघ्वीला. (बसतो.)

प्रभा : (काही न सुचून) कमालाय. अरे, नुस्तं बसलायस काय?

चारू : तू अस्वस्थ झालीयस. भाऊ अस्वस्थ झालेयत. मी अस्वस्थ झाल्याशिवाय उठणार नाही.

भाऊ : संतला....संतला जायला जागाच नव्हती. गेला. कायमचा.

प्रभा : चारू, संतचं मरण तुला अस्वस्थ व्हायला पुरेसं आहे हं.

चारू : संताच्या मरणानं मी मुळीच अस्वस्थ होत नाही.

प्रभा : कमालाय! दुसऱ्यामुळं अस्वस्थ व्हायला पाहिजे. तो सद्गुण आहेय.

चारू : सद्गुण गेला खड्ड्यात.

प्रभा : कठीण रे तुझं. सद्गुण खड्ड्यात गेला? अरे, भाऊंच्या दु:खानं तरी अस्वस्थ हो.

चारू : भाऊंच्यावर माझं प्रेम नाही.

प्रभा : बरं, माझ्यावर?

चारू : तुझ्यावरसुद्धा नाही.

प्रभा : आम्हा दोघांवरपण प्रेम नाही?

चारू : नाही.

प्रभा : धन्य आहेय! ह्या वयात हे? ऐकलंत का हो? म्हणतोय, आपल्यावर ह्याचं प्रेम नाही. ह्याच्यासाठी इतके कष्ट केले. नऊ महिने नऊ दिवस सोसले. काही नाही त्याला त्याचं. फुकट आई झाले! व्यर्थ.

[प्रभा हलके स्फुंदू लागते.]

चारू : (उठून) चला. आता निघू या सांगलीला. तू रडलीस, आता मला बरं म्हंजे अस्वस्थ वाटतंय. निघू या. (चारू बॅग आणतो, चप्पल घालतो.) चला...शी:! आईबाप कसे शहाणे पाहिजेत. ते काय करतायत ते तरी त्यांचं त्यांना कळलं पाहिजे.

[सगळे निघायच्या तयारीत.]

[अंधार]

अंक तिसरा

प्रवेश पहिला

[संध्याकाळी सातची वेळ. राजाच्या बंगल्याचा हॉल. भोवतीने नीट न जोपासलेली बाग आहे. हॉलला व्हरांडाही आहे. बेल वाजते, राजा (वय ४५ वर्षे) लगबगीने दार उघडतो. प्रथम भाऊ आत येतो, मग प्रभा बॅगेसह येते, नंतर चारू.]

राजा : अरे, भाऊसाहेब? या, या, या. अगदी अनपेक्षित! अन्‌एक्स्पेक्टेड ....अं?...वाऽ प्रभा तूपण?....चारू तूही? वेलकम. आय लाईक ॲक्सिडेंट्स. ऑफ कोर्स स्वीट ॲक्सिडेंट्स. वेलकम.....वेलकम.

प्रभा : अरे चारू, हे सामान आतमध्ये नेऊन ठेव रे....

राजा : राहू देत तिथं.... हां...बसा.....हां, वसुधा पुण्याला गेलीय.माझं पत्र मिळालं का?

प्रभा : पत्र मिळालं. पण आम्ही आधीच रिझर्व्हेशन केलं होतं. वसुधा आमच्याकडं यायच्या आधीच आम्ही इकडे निघालो.

राजा : डझन्ट मॅटर. हरकत नाही. वसुधा कमलकडं, तिच्या बहिणीकडं गेलीय. मीही आठवड्याची सिक लिव्ह काढून बसलोय.

प्रभा : तब्येत ठीकाय न तुझी?

राजा : हो, हो ! तब्बेत एकदम मस्त आहेय. मी नाही गेलो वसुधाबरोबर पुण्याला. आय वॉंट टू एंजॉय मायसेल्फ. अलोननेस !

भाऊ : अलोननेस?

राजा : हो हो ! अलोननेस ! मी एकाकीपणाची सवय लावून घेणाराय.

भाऊ : एकाकीपणाची सवय ?

राजा : एकाकीपणाची सवय! होऽ एकटं जगता यायला पाहिजे.

प्रभा : अं....आम्ही असे अकस्मात्‌ न कळवता आलो म्हंजे...

राजा : नाही नाही, तुम्ही आला ते मस्त झालं... आणि बरं का प्रभा, आता कुटुंब

येईपर्यंत मला खानावळीत, नातेवाइकांकडे, मित्राकडं जेवायला जायला नको.

प्रभा : हो नं, मी आहेच की आता.

राजा : अं? मला जेवायला हेच पाहिजे, तेच पाहिजे असं काही नसतं. पोटभर अन्न पाहिजे म्हंजे बास. शिवाय आपली प्रकृतीची काही एक तक्रार नाही. पंचेचाळिशी आली पण काऽ ही तक्रार नाही. पथ्यं नाहीत. ब्लडप्रेशर नॉर्मल, किडनी नॉर्मल. डायजेस्टीव्ह सिस्टिम नॉर्मल. लिव्हर नॉर्मल. काही व्यसनं नाहीत.

भाऊ : लिव्हर नॉर्मल आणि व्यसनं नाहीत? वा! धिस ईज रिअली ग्रेट. मी तुझ्याकडून हे शिकणार आहे, यू आर माय गुरू.

राजा : (मोठ्यांदा हसून) हाऊ कॅन आय बी युवर गुरू? (मोठ्यांदा हसतो. प्रभाही हसते.) ए प्रभा, मी बडबडत बसलोय ग. चला, चहा करू या. प्रभा, तू चहा करत्येयस का मी करू? मला फक्त चहा करता येतो हं...

प्रभा : नाही, नाही. नको चहा. ह्या वेळी कसला चहा?

राजा : बरं राह्यलं. हं, काय चारू, प्रवासानं दमलास की काय? अं? अकरावी का बारावी?

चारू : बारावी.

राजा : बारावी म्हंजे इंपॉर्टंट ईयर हं. महत्त्वाचं वर्ष. इंजिनियरिंगला जाणार का मेडिकलला?

चारू : बघू या इंजिनियरिंग का मेडिकल ते. नाही तर होऊ मेडिकल रिप्रेझेंटेटिव्ह नू पिऊ दारू.

प्रभा : (घाबरुन) चारू.

[राजा चारूच्या विनोदाला मजेत हसतो.]

राजा : हो तर. माझ्या अभ्यासचं पार खोबरं झालं. सायन्स, कॉमर्स आणि शेवटी आर्ट्स. त्या कॉमर्समधलं अकौंटन्सी मला अजिबात आवडत नाही. अजूनसुद्धा मला हिशोब म्हटलं की अंगावर काटा येतो. (प्रभा मजेत हसते) हां, आमच्या पिताजींनी आम्हाला जगायइतकं ठेवलंय. शिवाय मीही पगार मिळवतोच. नऊशे ऐंशी रुपये. अजून एखादा डीए वाढला की फोर फिगर सॅलरी. आणि डीए वाढणारच भारतात.

प्रभा : (कावरीबावरी होऊन, अस्पष्टपणे) दारू...

राजा : काय म्हणालीस? भाऊसाहेब, मला वाटायचं, मी नोकरी तरी करू शकेन का नाही! आईशप्पत. आपण लाडातच वाढलो. आमच्या घरी कुक. नोकर. म्हंजे

लहानपणी हं. आईशप्पत काही काम केलं नाही लहानपणी. आता कुठला आम्हाला कुक न कुठला नोकर परवडतोय? मी काही पिताजींइतका कर्तृत्ववान नाही. तरी पण अठरा वर्षं नोकरी केलीच की. पण ऑफिसातही कामं करताना बोंब असते म्हणा. प्रभा, अग डिसिजन्स, निर्णय घ्यायचीच कुवत नाही माझ्यात. आणि वसुधा त्याचंच भांडवल करत्ये बघ. आलो हंऽ...

[राजा लगबगीने करंगळी दाखवून जातो आणि परततो.]

राजा : ए प्रभा, तू एक काम कर. मला कुकर लावायला शिकव ग, तू आहेस तेवढ्या काळात...

प्रभा : काही तरीच काय, राजा....

राजा : खरं तर पोळ्याही करायला शिकव.

प्रभा : बरं बरं.

राजा : भाऊसाहेब, पण पोळ्या आणि कुकर दोन्ही शिकायचं म्हंजे जड जाईल.

प्रभा : हो नं.

राजा : कुकर सोप्पाय नं ग?

प्रभा : अगदी सोप्पाय.

राजा : हो नं? मग तोच शिकव आधी. फ्रॉम सिंपल टू काँप्लेक्स. भाऊसाहेब, वसुधा म्हणत्ये, मला काही कामं येत नाहीत. एकेक शिकतोच आता....आलो हं.

[राजा जाऊ लागतो.]

भाऊ : प्रभा, पाणी...

प्रभा : हं देत्ये..

[प्रभा जाऊ लागते, राजा मधेच थांबलाय, म्हणून प्रभाही थांबते.]

राजा : काय झालं, वसुधा गेली, त्या दिवसापास्नं भजी, वडे, भेळ, हेऽ हाणलंय, पोट बिघडून गेलंय पार... आलोच...

[राजा घाईने जातो. प्रभा जाऊन पाणी घेऊन येते, भाऊला देते, भाऊ पाणी पिऊन बागेत जातो.]

प्रभा : चारू, प्रवासात तू खूप बडबड केलीस ते चांगलं केलंस पण नंतर आम्हाला फार नावं ठेवलीस. असं करू नै. वाईट वाटतं रे आम्हाला.

चारू : नावं ठेवू नको तर नीट वागा की. घरी अस्वस्थ होतं म्हणून इकडं यायचं. आता चार दिवसांनी इथं अस्वस्थ व्हायला लागेल. मग कुठं जाणाराय? म्हणे नावं ठेवू नको.

प्रभा : भाऊंच्या डोक्यातलं, म्हंजे लिव्हरमधलं, दारूचं एकदा सुटू दे एवढं, मग तुला काय करायचं ते कर. नावं ठेव, स्तुती ठेव.

चारू : स्तुती ठेव?

प्रभा : (त्रासून चिडून) चुकलं माझं. मला नाही येत भाषा.

चारू : काऽही येत नाही तुम्हाला. भाऊंच्या डोक्यातलं दारूचं जायसाठी इथं यायचं. माझं कॉलेज बुडवायचं. भाऊंनी कोट, टाय घालून पापड न् सोडा पीत बसायचं, चांगलाय?

प्रभा : चांगलं नाही रे. मलाही कळतंय.

चारू : कळतंय तर सुधार.

प्रभा : हळूहळू सुधारीन.

चारू : मी उद्या सकाळीच परत चाललोय पुण्याला. माझं कॉलेज बुडतंय.

प्रभा : दोन दिवस चिडचिड करू नकोस. थोडं शहाणपणानं वाग ना रे.

[राजा गुणगुणत येतो.]

राजा : भाऊसाहेब कुठं गेलेत?

प्रभा : बागेत गेलेत.

राजा : बागेत?

प्रभा : (कसंबसं) हं...

राजा : आंऽऽ, भाऊसाहेब या होऽ...

भाऊ : (आत येत) तेऽऽ..

राजा : (भाऊला)अर्थात तुम्हाला तिथं मजा येत असेल तर तिथं थांबा. प्रत्येकाला आपापला आनंद घेता यायला पाहिजे, अशा मताचा आहे मी... हां, प्रभा..... जेवायचा बेत काय ठरवत्येस आज ? आज मस्त जेवायचं.

प्रभा : (प्रेमळपणं) तूच सांग.

राजा : अंऽऽऽ, नाही, नाही, तूच सांग.

प्रभा : (भाऊला) ऐकलं का?

भाऊ : अं?

प्रभा : राजा म्हणतोय, आत्ता जेवायला काय करायचं आज? ऐकताय ना?

भाऊ : अं? अं? अं, हो, भातपिठल्याचं करा.

प्रभा : हं. बरं.

भाऊ : चांगलं झणझणीत पिठलं करा.

राजा : अरे वा वा वा, झणझणीत पिठलं म्हणजे आपला वीक पॉईंट. पिठलं, भजी,वडे, डोसा, भेळ. चमचमीत खमंग लसणाची चटणी पण आहेच. एकदा का ब्लडप्रेशरचा विकार झाला ना की हे सगळं बंद...आयला, म्हातारपणी माझं कसं व्हायचं कुणास ठाऊक! ...चल, प्रभा, तुला तांदूळ, पीठ, तेल दाखवतो.

[राजा आत चाललाय.]

प्रभा : (आत जाता जाता, भाऊला) अहो, त्या चारूशी जरा बोला ना, कसं वागतोय बघा.

[प्रभा, राजा जातात.]

भाऊ : चारू, ऊठ, तोंड धू. स्वच्छ हात धू.

चारू : (घुश्श्यानं) मी उद्या सकाळीच परत चाललोय पुण्याला. माझं कॉलेज बुडतंय.

भाऊ : तुला जायचंय ना? जा. राहायचंय ना? राहा. आनंदात कर जे काय करायचंय ते. माणसानं कसं मजेत राहावं!

चारू : (वेडावत) तुला ज्यायच्ये ना, ज्या. राहच्येना ना, राहा. (चिडकटपणे) म्हणे माणसानं कसं मजेत राहावं! कशी मजा असणार माझी बारावी असताना!

[राजा गाणे गुणगुणत येतो.]

राजा : काय चारू? कॉलेजलाईफ मजेत ना? लेका, लग्न व्हायच्या आधी पुरुषांनी मजेत असावं.

भाऊ : तो अस्वस्थ झालाय. त्याचं कॉलेज बुडतंय म्हणून... उद्याच परत जायचं म्हणतोय.

राजा : असं? जाऊ द्या ना त्याला. तुम्ही राहा. काय? अर्थात त्याचं त्याला ठरवू द्या. भाऊसाहेब, माझं असं मत आहे की पालकांनी पोरांना आधार द्यावा, वळण लावू नये. अर्थात ते माझं मत आहेय. भाऊसाहेब, मला एक गंमत वाटते. माझ्या एकजण ओळखीचा आहे, तो आहे आरेसेसचा. म्हंजे त्याला आरेसेसची मतं पटतात. दुसरा एकजण आहे, तो आहे राष्ट्रसेवादलाचा. त्याला ती मतं पटतात. एकाला एक मतं खरी वाटतात, दुसऱ्यांना दुसरी मतं खरी वाटतात. हे...हे कसं काय होतं होऽ?...नाही म्हंजे, एकाला एक गोष्ट पटते, ती दुसऱ्याला, दुसरा माणूस असूनही पटत नाही, असं कसं हो होतं? हे असं कसं होतं? असं कसं काय होतं?... मी काय बोलत होतो? पालकांनी मुलांना आधार द्यावा. वळण लावू नये. हांऽऽ. हे माझं मत. (भाऊला) तुम्हाला तुमच्या मुलाचं काय करायचंय ते तुम्ही ठरवा किंवा ठरवू नका.

भाऊ : (खोकून) हाऽ

राजा : माझा मुद्दा बरोबर का चूक अशी चर्चा करायला मला लावली तर ते आपल्याला जमणार नाही. चारू, तुझं तू ठरव. म्हंजे, तू आणि भाऊ मिळून ठरवा. म्हंजे तू, भाऊ आणि तुझी आई मिळून ठरवा. म्हंजे बघा कसं ते.

[राजा काही न सुचून येरझाऱ्या घालतो. प्रभा लगबगीने बाहेर येते. प्रभाच्या हातात चमचा आहे.]

प्रभा : तुम्ही सगळे इथं बसलाहात. मी एकटीच सैपाकघरात. मला एकटीला अस्वस्थ होतंय, बाई.

राजा : (प्रभाला) कुकर लावलाय ना? मग बैस ना इथंच आता.

[प्रभा चमचा टेबलावर ठेवते. चारूशेजारी बसते, चारू चिडून उठून व्हरांड्यात जातो.]

राजा : या पाच खोल्या आणि वरच्या मजल्यावरच्या पाच खोल्या. दहा खोल्यांतून गेले दोन दिवस मी एकटाच राहत होतो. लोकांना राहायला जागा नाही आणि मी एकटा दहा खोल्यांतून राहतोय. नाही, म्हणजे एकाच खोलीत मी राहणार म्हणा एका वेळेला. पण मला नेहमी वाटायचं, काय करायचं ह्या दहा खोल्यांचं?

प्रभा : राजा, वरती बिऱ्हाड होतं ना रे?

[चारू येऊन बसतो.]

राजा : होतं ना. गेलं एकदाचं. आम्हाला वाटायचं, वरचा मजला त्याच्याच मालकीचा होतोय का काय. भयंकर चिकट होता तो. तरी पेन्शनीत निघताना त्याला लाख रुपे मिळाले होते! पण जागा सोडताना आम्हाला दहा हजार रुपे मागत होता. आम्ही पाच हजार रुपे देऊन मिटवले.

प्रभा : (भाऊकडे पाहत) पाच हजार म्हंजे कमी झाले का हो?

राजा : पण भाडेकरूचं जागा न सोडणं बरोबर असतं गऽऽ. जायचं कुठं त्यांनी? घरं मिळताहेत कुठं? मग मालक व बिऱ्हाडकरू यांच्यात वाईटपणा येतो. मला एकाच गोष्टीचं समाधान आहे. आमच्या त्या बिऱ्हाडकरूशी आमचा वाकडेपणा आला नाही. पाच हजार रुपे गेले. मला माणूस तोडायचा म्हंजे जिवावर येतं. आता बघ ना, जर मी गरीब फॅमिलीतच जन्माला आलो असतो आणि डोक्यानं असा सामान्यच असतो तर मी काय केलं असतं? बाप रे ! मला तर घाबरायलाच होतं.

प्रभा : पण आता आहे ना एवढा थोरला बंगला तुझ्या मालकीचा?

राजा : आहे ना. आहे तर सुख मानावं ना? तर नाही. वसुधाचा गर्व वेगळाच. म्हणते

कशी, (वेडावत) राहिलो असतो भाड्याच्या एका खोलीत .... आणि हिच्या मैत्रिणी आल्या की मात्र त्यांना बंगला एकूणेक दाखवते. ते का मग?

प्रभा : वसुधाची नोकरी कशी चाललीय?

राजा : तिथं ती सगळ्यांशी जुळवून घेते. तिचे सद्गुण सगळे सांगतो. ती उत्तम शिक्षिका आहे. सैपाक उत्तम करते. त्या सद्गुणाचा माझ्यासमोर ती काय उपयोग करते, तर सतत अहंकार दाखवायचा. मी कसं चांगलं काम करते कुणालाही विचारा. आता मला नाही चांगलं काम करता येत. आय् ॲम् ऑनेस्ट. आय विल टेल यू. मला नाही चांगलं काम करता येत. मी लाडात, श्रीमंतीत वाढलोय. माझ्या चड्डीची नाडीदेखील नोकर बांधायचा. मी बुद्धीनं सामान्य निघालो. मला नाही नोकर परवडत. मला नाही नीट काम होत. पण म्हणून वसुधानं मला सारखं टॉर्चर करायचं? लाईफ हॅज बीकम अ हेल्.

[राजा संतापाने कापतोय.]

चारू : पूर्वीची बायकांना ठोकून काढायची पद्धत चांगली होती म्हणायची.

प्रभा : चारू, असं बोलू नै.

चारू : बोलू काय नै. एखादा एखादं काम चांगलं करतो म्हणून त्यानं दुसऱ्याला सारखं छळावं? माणुसकी नको? माणुसकी नसलेल्यांनी फक्त चांगल्या कामाला महत्त्व द्यायची पद्धत शोधून काढली असली पाहिजे... आयुष्यात ज्याचं त्यालाच आनंदित राहता यायला पाहिजे. मी तर मला जमेल तसंच काम करणार आणि तरी आनंदित राहणार.

प्रभा : चांगलं काम केलं नाही तर भाकरीसुद्धा मिळणार नाही.

चारू : हा दुष्टपणा आहे. माझ्या हातनं काम चांगलं होत नाही म्हणून माझं जेवण बंद करणार? हा दुष्टपणा आहे.

भाऊ : (दटावत) चारू... (प्रेमळपणे) राजा, वसुधाचं म्हणणं कायाय?

राजा : एका मिनिटात सांगतो.(चमचा घेऊन) हा चमचा. हा चमचा मी घेतला आणि काम झाल्यावर हा असा ठेवला, उल्टा, की झालंच, तिचं पित्त खवळलंच, तुम्हाला काही चांगलं काम करताच येत नाही. साधा चमचा नीट ठेवता येत नाही. सगळे चमचे एकदा खिडकीतनं फेकून देणाराय. हून जाऊ दे.

[थोडा वेळ तंग शांतता.]

प्रभा : (अगदी प्रेमळपणे) राजा, अरे ह्या गोष्टी तुला सहज शिकता येतील.

चारू : ह्या गोष्टी शिकता येतील तर दारू न प्यायचं दिखिल शिकता यायला पाहिजे.

त्यासाठी एव्हढी बडबड, यातायात कशाला?

प्रभा : चारू, अरे असं बोलू नै.

चारू : का बोलू नै? भाऊंना दारू सोडायचा त्रास होतो, तसा राजामामाला चमचा सरळ ठेवताना त्रास होतो.

राजा : (संतापाने कापत) गुड आर्ग्युमेंट. गुड आर्ग्युमेंट.

प्रभा : चारू, तू किती उल्टं बोलशील.

चारू : आज मी सगळं उल्टंच बोलणाराय. मला पटलेलं जरी तुम्ही बोललात तरी मी त्याच्या उल्टं बोलीन.

राजा : आमचा अमितसुद्धा मोठा झाल्यावर आईला असंच बोलणार. नक्की सांगतो. तेव्हा वसुधाची चांगली जिरेल.

प्रभा : राजा, हे तुझं बोलणं मला अजिबात पटत नाही हं. संसारात असे विचार ठेवून चालत नाही. वसुधाला समजावून घ्यायला हवंस.

राजा : अग हो, हो, पण समजाऊन घ्यायचं कसं? ती समजावून घ्यायला तयार नसते. रोजचं जिणं नको होतं. रात्रीचं जेवायचं शांतपणे आनंदात न? तर तेही नाही. जेवताना कसं वाढते माहिताय? नुस्तं ....आमटी? पोळी ? ताक ?....भात?

[राजा अधिक संतापून कापतोय.]

प्रभा : (एकदम जाऊ लागत) भात झाला असेल...

राजा : जेवणंसुद्धा नकोसं होतं.

प्रभा : (जात) चला जेवायला....

[अंधार]

अंक तिसरा

प्रवेश दुसरा

[सगळे जेवण उरकून आलेत. राजा सुपारी कातरतोय. भाऊ ढेकर देतो.]

भाऊ : मस्त झालं होतं पिठलं!

प्रभा : राजा, आज झालं ना छान जेवण?

राजा : (प्रभाला सुपारी देत) हे प्रेम नसतं वसुधाच्या जेवण वाढण्यात...

चारू : आईचं पण प्रेमाचं बोलणं कृत्रिम आहे. आमचा काका आमच्याकडं आला की आई असंच बोलते, जेवण वाढताना. आमटी? ...पोळी?.... भात?.....

प्रभा : (चिडून) चारू!

राजा : चारू, सुपारी?

चारू : नको.

राजा : भाऊसाहेब, सुपारी?

[भाऊ सुपारी घेतो. तोंडात टाकतो.]

भाऊ : (सुपारी चघळत) वसुधाचं पहिल्यापास्नं असंच वागणं आहेय?

राजा : पहिली दोनेक वर्षं चांगली गेली आमची. वसुधा म्हणायची, मी गरीब घराण्यातली. मला जन्मात वाटलं नव्हतं बंगल्यात राहायला मिळेल असं. मी म्हणायचो, नशिबानं मिळालाय बंगला. माझं काहीच कर्तृत्व नाही. पुढं पुढं ती चिडचिड करू लागली, माझं कपाळ फुटकं, मला गबाळा, भंपक नवरा मिळाला. मला बंगला नसला तरी चालेल, नवरा स्मार्ट मिळायला पाहिजे. अश्शी चिडचिड.... भाऊसाहेब, मी स्मार्ट कसं हो होऊ? गबाळेपणा सोडायचा कसा?...वसुधा सारखं टोचून बोलते. नकोसं होतं. प्रभा, मी डायव्हर्सच घेऊ का?

प्रभा : छे !

राजा : मग मी गबाळेपणा सोडू कसा? ती रोज टोचून बोलते.

भाऊ : राजा, तुझं दुःख मला कळलं. मला एकदम मोकळं वाटलं. टु टेल यू मोअर क्लीअर्ली, तुझं दुःख ऐकून माझ्या लिव्हरमधील दारूची ओढच नष्ट झाली. लिव्हर एकदम चूप झाली.

[राजासमोरच्या ह्या दारूच्या उल्लेखाने प्रभा कावरीबावरी झालीय.]

राजा : (स्वत:च्याच विचारातून) भाऊसाहेब, तुम्हाला माझ्या वडलांचं सांगतो. माय फादर वॉज अ ह्युमन बिईंग. त्यांना माणसांची फार आवड. ही वॉज अ ग्रेट ॲडव्होकेट. त्यांनी गबाळ्या, कमी बुद्धीच्या, अगदी लोफर लोकांवरही प्रेम केलं. सगळ्यांशी प्रेमानं वागायचे. मलाही सगळी माणसं आवडतात. पण आमच्या कुटुंबाचं? उल्टं. तिला फक्त स्मार्ट माणसं आवडतात. गबाळ्या, कमी बुद्धीच्या माणसांचा तर ती दुस्वास करते अगदी.

चारू : भाऊ, तुमचं काय मत आहेय?

भाऊ : का?

चारू : मला तुमच्याशी उल्टं बोलायचंय.

भाऊ : आय ॲम रिलॅक्स्ड. तू उल्टं बोल, नाही तर सुल्टं बोल. राजाचं दु:ख ऐकून मी मोकळा झालोय.

चारू : हा स्वार्थीपणा आहे. आपल्या मनाविरुद्ध घडलं तरी रिलॅक्स होता आलं पाहिजे.

राजा : करेक्ट! आमच्या कुटुंबाला कुठंच रिलॅक्स होता येत नाही.

भाऊ : रिअली आय ॲम् रिलॅक्सूड. आज छान झोप येईल. आज (जांभई देत) लवकर झोपायचं हं. जागरण नको.

प्रभा : हो.

चारू : आम्हाला अजिबात झोप येणार नाही.

प्रभा : चारू, अरे किती त्रास करून घेशील?

भाऊ : (उठत) राजा, आपण सगळे एकत्रच झोपायचं. इथं. तुझं दु:ख मला कळलंय. तुला आम्ही एकाकी टाकणार नाही. (आत जाऊ लागत) आलोच मी. (मधेच थांबून) राजा, संडासाच्या टाकीला पाणी असतं ना रे?

राजा : हो हो.

[भाऊ जातो. प्रभा एकदम स्फुंदू लागते.]

राजा : प्रभा, प्रभा, काय झालं? काय झालं?

प्रभा : (रडवेलेपणे) भाऊंची लिव्हर दारूनं पार खराब झाली होती. आत्ता सुधारतीय. डॉक्टरांनी सांगितलं, अजिबात प्यायची नाही आणि आता लिव्हर सुधारतीय नं, तर त्यांना सारखी प्यायची आठवण होतेय बघ. भाऊंचं मन रमवायचं बघ. त्यांना (अंगठा तोंडाकडे नेऊन) ह्याची मुळीच आठवण होऊ द्यायची नाही. एव्हढं करायचं.

राजा : (करुणेने) असं होय?

प्रभा : आणखी एक, त्यांचा एक मित्र होता. संत नावाचा. नावाचाच संत. अगदी दारुड्या. लग्न नाही, काही नाही. दारू पिऊन पिऊन मेला. एकाकी. तेव्हापास्नं भाऊंना एकाकीपणाची भीती वाटते. ते सांभाळायचं बघ ! कोण कुठला संत... मित्र असला म्हणून काय झालं, त्याच्या मरणाची इतकी धास्ती घ्यायची?

[प्रभा पुन्हा स्फुंदू लागते.]

[अंधार]

अंक तिसरा

प्रवेश तिसरा

[पुढच्या दिवसाची सकाळ. आठ-साडेआठचा सुमार. राजाच्या बंगल्याचा हॉल. चारू बॅग घेऊन चाललाय.]

राजा : चारू, स्टँड सापडेल ना तुला?

चारू : हो.

प्रभा : (चारूला) नीट जा.

चारू : तुम्ही नीट वागा. येतो मी.

[चारू जातो.]

प्रभा : ह्या चारूचं कसं होणाराय पुढं, कळत नाही.

राजा : मुळीच काळजी करू नकोस, प्रभा तू. चारू अगदी स्वतंत्र बुद्धीचा आहे. नक्की तो डॉक्टर होईल. आणि मोठ्ठं हॉस्पिटल टाकेल बघ.

प्रभा : अरे, पण स्वत:चं फक्त साधणं चांगलं आहे का? आमच्या भावनांची काहीच कदर करू नै त्यानं? अं? सारखी उल्टी उत्तरं द्यायची ते! भाऊंच्या मनावर किती परिणाम होत असेल! भाऊंनी पुन्हा प्यायला सुरुवात केली म्हंजे मग?

राजा : तसं काही होणार नाही. तू शांत हो, प्रभा. भाऊसाहेब, टेक इट इझी.

भाऊ : हाऊ टू टेक इट् इझी? महत्प्रयत्नानं मी आत्ता शांतपणा ठेवतोय, राजा. चारू मोठ्ठा डॉक्टर होऊ दे. त्यानं मोठ्ठं हॉस्पिटल टाकू दे...चारू किती वाईट वागतोय आमच्याशी! आमचा सारखा अपमान करतो... दारुडा म्हणून माझा अपमान करतो.

राजा : (त्रासून) मला तर कसलीही व्यसनं नाहीत, तरी वसुधा माझा अपमान करत्ये.

भाऊ : राजा, तू आनंदात राहा. सुखात राहा.... ही माझी प्रार्थना आहेय.

राजा : रात्रभर मला झोप नाही.....डोक्यात सारखा वसुधाचा विचार. मी गबाळ्या. मी स्मार्ट नाही. गबाळेपणाची सवय कशी मोडू?

भाऊ : मला....मला संताची आठवण होतेय.

प्रभा : (घाबरून) संताच्या मरणाची भीती वाटते ना?

भाऊ : (येरझारा घालू लागत, चेहरा, हात वेडेवाकडे करत) लिव्हर कोकलतेय. स्नायू न् स्नायू कोकलतोय. संयमाचा त्रास होतोय.

प्रभा : (घाबरून, गडबडून) राजा, बोल. तुझी बडबड सुरू कर. (भाऊला) तुम्ही येरझाऱ्या घालू नका. (भाऊला धरून कोचावर बसवते.) बसा. राजा, तू येरझाऱ्या घाल. तू बडबड सुरू कर. (काकुळतीने) अरे कर ना रे, राजा...

राजा : हो हो..पण बोलू तरी काय? बोलायला लागलो की माझ्या तोंडात वसुधाचाच विषय येतो.

प्रभा : येऊ दे. बोल. भाऊंना आवडतं तुझं दु:ख. बोल.

राजा : वसुधा नाही ते अगदी रिलॅक्स वाटतंय. ऐकताय ना, भाऊसाहेब?

प्रभा : (अस्पष्टपणे) हं.

राजा : वसुधा नाही ते अगदी रिलॅक्स वाटतंय... ह्याचा अर्थ...माझं वसुधावर प्रेम नाही की काय? माय गॉड ! माझं तिच्यावर प्रेम नाही आणि तरी तिच्याबरोबर मी पंध्रा वर्षं काढली? मुलगा झाला? धिस ईज टेरिबल! ऐकताय ना, भाऊसाहेब?

प्रभा : ऐकतायत ते.

राजा : आपल्या लाइफमध्ये प्रेमाचा संबंध येतो कुठं?

प्रभा : ऐकतायत ते.

राजा : ऑफिसवर काय आपलं प्रेम असतं?

प्रभा : ऐकतायत ते.

राजा : वसुधाचं माझ्यावर प्रेम आहे का नाही तेही कळत नाही.

प्रभा : हंऽऽऽ...

राजा : आपल्याला वाटतं, प्रेम म्हंजे पझेशन. ताब्यात ठेवणं, बट लव्ह इज नॉट पझेशन. वसुधा मला पझेस करू पाहतेय. वसुधा माझं रूपांतर करू पाहातेय. स्मार्ट पुरुषात. ह्यॅ ! रूपांतर कसं करायचं तेही तिला माहीत नाही. असली माणसं जगात दु:ख निर्माण करतात.

प्रभा : बोऽल, बोल !

राजा : मन बदलायचं कसं ते माहीत नाही. आणि तरी मनं बदलायचा प्रयत्न करतात ते न्युरॉटिकच.

[राजा दमून गप्प]

प्रभा : बोऽल, बोल ना !

राजा : का होऽऽ भाऊसाहेब? वसुधा न्युरॉटिक आहेय का हो? तसं असेल तर मात्र

मलाच खबरदारीनं वागलं पाहिजे. पण काय होतं बघा, वसुधाचा विचार माझ्या मनात आला की मी एकदम एक्साइट होतो. खरं म्हंजे मी चांगल्या माणसाशी चांगलं वागू शकतो आणि वाईट माणसांशी आपोआप वाईट वागतो. आता बघा ना, तुम्ही अस्वस्थ तर मीही अस्वस्थच. ऐकताय नं?

प्रभा : बोऽल. बोलत राहा.

राजा : तुम्ही अस्वस्थ तर मी पण अस्वस्थच. अरेच्चा ! भाऊसाहेब, एकदम माझ्या लक्षात आलं बघा. जगात बहुतेकांचं असंच होतं की ! माणसं चांगल्याशी चांगली होतात. आणि वाइटाशी वाईट होतात. म्हंजे मुळात माणूस काही नसतोच की काय? हां, एक लक्षात येतंय. भाऊसाहेब, वसुधाचं असं नाही होत. चांगल्याशी ती चांगलं वाग्ती आणि वाईटाशी वाईट वाग्ती, असं होत नाही तिचं. मी आता तिच्याशी इतका चांगला वागतो! पण ती माझ्याशी कुठं चांगली वागती? तिच्या दृष्टीनं मी वाईटच आहे की काय? आणि मला मी चांगलाच वाटतो. हा चांगलाच गोंधळ आहेय. धीस ईज कन्फ्युजन, भाऊसाहेब... पण भाऊसाहेब, चांगल्यावाईटाच्या गोंधळातनं सुटलेली काही माणसं असतीलच की हो ! असा माणूस आपल्याला सापडला पाहिजे. काय हे ! अशा माणसाची सोसायटीला किती गरज आहे.... भाऊसाहेब, असा रिकामा माणूस मला मिळू द्या, त्याला मी आमच्या बंगल्यातच आणीन, त्याच्याबरोबर राहीन, जेवीन त्याच्याबरोबर. त्याला ऑफिसात घेऊन जाईन, निम्मा पगार देईन. पण ही वसुधा! वसुधा काही सुधारणार नाही. ह्या वसुधाला सांगून सांगून दमलो मी. दमलो...दमलो मी बोलून. बडबडून दमलो मी.

प्रभा : बोऽल. बोल !

राजा : बडबडून वेड लागेल मला. ह्या वसुधाच्या पायी मी वेडा होऊन जाईन. नाही तर मला दारूसारखं व्यसन लागेल.

प्रभा : (घाबरून) राजा !

राजा : नाही तरी करायचंय काय हे घाणेरडं जीवन जगून? दारूत दुःख बुडवावं. वसुधा नको न् जग नको. दारू प्यावी. धुंद व्हावं. होईल हळूहळू लिव्हर खराब. जाऊ मरून एके दिवशी...पण आता मला हे झेपत नाही.... नाही झेपत.... नाही...

[राजा दमून गप्प.]

भाऊ : प्रभा, मला, राजाला....खायला कर.

प्रभा : (घाई उडवत) शिरा करते, राजा.

[प्रभा जाते.]

राजा : शिरा! शिरा नकोसा वाटतो. श्रीखंड नको वाटतं.... भाऊसाहेब, ऐकताय नं....काल रात्री....तुम्हाला वाटतंय मी झोपलो. एक मिनिट मला झोप नाही. सारखा वसुधाला सुधारायचं कसं हाच विचार. एक मिनिट झोप नाही.... भाऊसाहेब, (अस्पष्टपणे) मला झोप येतेय... (आणखी अस्पष्टपणे) झोप...येतेय..झोप.

[राजा तिथेच झोपी जातो. थोड्या वेळात प्रभा शिऱ्याच्या बशा आणते. दोघेच शिरा खातात. मग राजाच्या बशीतलाही वाटून घेऊन खातात. भाऊ पाणी पितो.]

भाऊ : आत्ता बरं वाटतंय.

प्रभा : बरं का होऽऽ. मला वाटतंय. तुम्ही शिरा खात चला चांगलं वाटतंय तर.

भाऊ : अग प्रभा, आपल्याला आठवणच नाही झाली राजाची, शिरा खाताना.

प्रभा : झोपू द्या त्याला. दमलाय बिचारा. बायकोच्या वागणुकीनं अगदी त्रासून गेलाय. राजा गबाळा आहेच पण. कध्धी गबाळेपण जाणार नाही त्याचं.

भाऊ : त्याचं दु:ख आपण हलकं केलं पाहिजे. मी उठवतो त्याला.

[भाऊ राजाजवळ जाऊ लागतो.]

प्रभा : (भाऊला अडवत) नाही... तुम्ही नका उठवू त्याला.

भाऊ : (प्रभाला बाजूला करत) मी उठवतो त्याला... माझं ऐक.

प्रभा : (अडवत) नाही, तुम्ही नका....

भाऊ : (प्रभाला बाजूला करत) तुला कळत नाही, माझं ऐक...

प्रभा : (अडवत) नाही नाही.

भाऊ : (प्रभाला टाळायचा प्रयत्न करत) मी उठवतो त्याला. ...

प्रभा : (घाईने) नाही...नाही.

भाऊ : राजा, ऊठ. मी बडबडतो आता.

प्रभा : नाही, तुम्ही नाही बडबडायचं....

भाऊ : राजा...

प्रभा : नको ऊठूस, राजा.

भाऊ : राजा, मी बडबडतो आता.

प्रभा : तुम्ही नाही बडबडायचं. शप्पथ आहे तुम्हाला, माझी, चारूची.... राजा, ऊठू नकोस.... भोगू द्या त्याचं त्याला दु:ख....

भाऊ : मी बडबडतो. राजा, ऊठ.

प्रभा : माझी शप्पथ! मी बडबडते...

राजा : (भाऊ-प्रभाच्या गोंधळाने एकदम उठून) भाऊसाहेब ऐकताय नं?

प्रभा : (दचकून) ऐकतायत ते.

राजा : ह्या वसुधाला वठणीवर आणण्यासाठी मी असं करू का?

भाऊ : (घाईने) बोल, बोल !

राजा : वसुधावर बडबडून बडबडून मी दमलो... थकलो मी.

भाऊ : राजा, आता मी बडबडतो.

प्रभा : (भाऊला) शप्पथ आहे तुम्हाला.

भाऊ : (घाई उडवत) मी बडबडतो राजा.

प्रभा : (घाई उडवत) तुम्ही नाही बडबडायचं.... राजा, राजा, तू बडबड... (भाऊला) तुम्ही नाही... नाही...

भाऊ : मी बडब....

प्रभा : (राजाकडे, भाऊकडे अशी धावपळ करत) मी बडबडते. मी ..... (धापा टाकत) बडब....

भाऊ : (राजाजवळ धडपडून पोचत) चल, आपण बागेत जाऊ. बडबडू.....

[असा सगळा गोंधळ माजवत तिघेही हॉलसमोरच्या बागेत येतात.]

राजा : बाग नको वाटते. वृक्ष नको वाटतात. मला निसर्गाचा आस्वादच घेता येत नाही.

प्रभा : (विचित्रपणे, धापा टाकत) अय्या....खरं म्हणजे निसर्ग एवढा सभोवती सगळीकडं पसरलाय... आपण त्याचा आस्वादच घेत नाहीये. सगळा निसर्ग वाया जातोय... (आनंदून) अय्या, राजा, अरे ही केळ बघ, केवढा घड आलाय आणि पिकायला आलाय. काय हे राजा, तुझं बागेकडे काही एक लक्ष नाही. वाया घालवतोयस सगळी बाग.

राजा : ह्याचं कारण वसुधा.

प्रभा : अहो, अहोऽऽ, हा केळीचा घड आपण काढू या का? अं? काय छान पिकलीयत केळी. आपण बागेत आलो नसतो तर लक्षात सुद्धा आलं नसतं. राजाचं काही लक्ष नाहीय हं...

राजा : अगऽऽऽ, ही वसुधा...

प्रभा : सारखं वसुधा वसुधा करू नकोस. जा, घड तोडायला कोयता आण.

[राजा लगबगीने जातो.]

प्रभा : (केळीचा घड बघत, कुरवाळत) काय छान पिकलीयेत केळी! छान शिकरण करू जेवायला.

[राजा कोयता घेऊन येतो. तिघे मिळून घड तोडून काढतात. घड घेऊन बागेतून हॉलमध्ये येऊ लागतात.]

प्रभा : आज छान शिकरण करू.

भाऊ : आता मला शांऽत वाटतंय. पण भीती वाटतीय. अस्वस्थ होईल....हं ऽ?

प्रभा : काही भीती वाटून घेऊ नका, आणि कशानं शांत वाटतं ते लक्षात ठेवा. म्हंजे अस्वस्थ वाटायला लागलं की ते करायचं. शिरा खाल्ला की शांत वाटतं....

भाऊ : अं? शिरा खाल्ला की शांत वाटतं.

प्रभा : राजाचं दु:ख ऐकलं की शांत वाटतं.

भाऊ : राजाचं दु:ख ऐकलं की शांत वाटतं.

प्रभा : केळीचा घड काढायचा विचार केला की शांत वाटतं.

भाऊ : केळीचा घड काढायचा विचार केला की शांत वाटतं.

प्रभा : वाटतं नं शांत?

भाऊ : शिरा, राजाचं दु:ख आणि केळीचा घड....

प्रभा : हं...

[राजाने केळीचा घड कोपऱ्यात ठेवलाय, तेवढ्यात वसुधा बॅग घेऊन येते. भाऊ, प्रभा गडबडून जातात. राजा अस्वस्थ होतो, त्याला टेन्शन वाटते. वसुधा बॅग ठेवते, रुमालाने चेहेरा पुसते वगैरे.]

प्रभा : अं...आपलं...तुम्ही कितीच्या गाडीनं निघालात, वैनी?

वसुधा : पहाटे पाचच्या गाडीने.

प्रभा : आम्ही काल दोनच्या गाडीनं आलो.... राहणार होतात ना आठवडाभर?

वसुधा : अहो, कमलला जायला लागलं अचानक सातारला. सासूकडं. तिच्या नणंदेचं बाळंतपण आलंय नं, म्हणून मग निघाले.

प्रभा : राजाचं आम्हाला पत्र मिळालं होतं. तुम्ही येताय पुण्याला म्हणून.

वसुधा : हो ना?

प्रभा : उगाचच आम्ही इकडे आलो. कमल सातारला गेलीय तर तुम्ही आमच्याकडं राह्यला असता.

वसुधा : बरं झालं की, तुम्ही इकडं आला ते. सहा वर्षांनी गाठ पडतीय आपली, नाही? चारूचं कसं काय? बारावी नं?

प्रभा : हो नं...

राजा : (प्रभाला) आपली सहा वर्षांनी गाठ पडत्येय! प्रभा, अग चहा तरी टाक.

प्रभा : (उठत) टाकत्ये ना...

वसुधा : (उठत, राजाला) अहो, त्यांना काय सांगताय? त्या पाहुण्या....

प्रभा : (वसुधाला) तुम्ही दमून आलाय. बसा दोन मिनिटं...

वसुधा : मी करत्ये.... राहू द्या....

प्रभा : नाही नाही, मी करत्ये, त्यात काय?

[प्रभा आत जाते, मागून वसुधाही.]

राजा : (कृत्रिम मोकळेपणाने) भाऊसाहेब, बी ॲट ईझ! (येरझारा घालत) मला मोकळेपणा आवडतो. कुणी कुणावर टेन्शन आणू नये.

[वसुधा तोंड, हात पुसत व्हरांड्याच्या एका टोकाला येते, येरझाऱ्या घालणाऱ्या राजाला खुणेने बोलावून घेते. राजा लगबगीने तिकडे जातो. भाऊ स्वत:च्याच ताणात आहेत. त्यांचं राजाकडे लक्ष नाही.]

वसुधा : (कुजबुजत, राजाला) किती दिवस राहणारेत हे?

राजा : (अस्वस्थपणे) तसं काही बोलले नाहीत ते. राहतील दोनचार दिवस.

वसुधा : कमलकडं गेले, तर तिच्याकडं तिचे सासुसासरे, नणंद. इथे आले तर हे.... चार दिवस एकांत हवा तर मिळत नाही.

राजा : कमल सातारला गेलीय नं? नणंदेच्या बाळंतपणाला..

वसुधा : नणंदेचं बाळंतपण होऊन किती दिवस झाले? तिचा मुलगा तीन महिन्यांचा झालाय. काही लक्षात ठेवायचं नाही. अगदी (डोक्यावर टिचकी मारून) हे चालवायचं नाही. आता कामात मदत करा. नुस्तं बसू नका. जा. थांबू नका. संशय येईल.

[राजा परततो. वसुधा आत जाते. प्रभा चहा आणत्ये, मागून वसुधा येते, सगळे चहा घेऊ लागतात.]

प्रभा : कमलकडचं कसं काय?

वसुधा : ठीकाय.

प्रभा : (चहाचे दोन चार घोट घेऊन) कमलला दोन्ही मुलगेच नं?

वसुधा : हं.

राजा : ए वसुधा, अमित तिथंच राहिला का?

वसुधा : (कृत्रिम हसत) बघा हंऽ प्रभावन्सं, ह्यांना आपल्या मुलाची आत्ता आठवण झाली.

प्रभा : अमित पाच वर्षांचा पाहिला होता. पोपटच्या लग्नात.... लग्नं नस्ती तर गाठीभेटीसुद्धा पडल्या नसत्या नात्यातल्या लोकांच्या.

राजा : (मोठ्यांदा हसून) व्हॉट् अ जोक्! गाठीभेटीसाठी लग्नसमारंभ!

[राजा पुन्हा मोठ्यांदा हसतो.]

प्रभा : तसं नव्हे रे....

भाऊ : संताची गाठच पडली नाही.

प्रभा : (दचकून) अंऽ...अं, राजा, मी म्हणत्येय, इथं सांगलीत संतपुरुष, योगीमहात्मे, कुणी आहेत का रे? अंऽऽ ह्यांना संतलोकांना भेटायला फार आवडतं. कुठं गेलो ना आम्ही की त्या भागातल्या संत लोकांची हे पहिल्यांदा चौकशी करतात. पूर्वी बरं होतं बाई, प्रत्येक गावात आश्रम असायचे. प्रत्येक आश्रमात ऋषीमुनी असायचे. प्रश्न पडला की जा आश्रमात. ऋषीमुनी लगेच उत्तरं द्यायचे. आता आपल्याला एवढे प्रश्न पडतात आणि उत्तरं विचारायची कुणाला?

राजा : (तात्काळ) अमेरिकेत प्रश्नांची उत्तरे देणाऱ्या संस्था आहेत.

प्रभा : हं.....

राजा : आता आपल्याकडंही अशा संस्था निघताहेत.

प्रभा : हं..

राजा : अग प्रभा.....

प्रभा : काय?

राजा : डॉक्टर, वकील, शास्त्रज्ञ हे लोक आहेतच की. म्हंजे बघ, तुम्हाला प्रश्न पडला, की चंद्रावर ऑक्सिजन आहे का नाही? तर लगेच चंद्रावर जायचं..... सॉरी, शास्त्रज्ञाकडं जायचं.

प्रभा : ऐकतायत ते...

राजा : एखाद्याला डायव्होर्स घ्यायचाय, जा वकिलाकडं. आता डायव्होर्सची केस उभी राहते, मनावर ताण येतो, तर जा सायकियॅट्रिस्टकडं. त्या काळात काही लोक प्यायलाच लागतात.

प्रभा : (घाबरुन, अगदी क्षीणपणे) अं?

राजा : (स्वत:च्या भरात) इतके पितात, की लिव्हर खराब होते. मग जा लिव्हरच्या डॉक्टरकडे. हे ऋषीमुनीच की. वकील, शास्त्रज्ञ, डॉक्टर. हां, पण एक फरक लक्षात येतोय.

प्रभा : (कसंबसं) काय रे?

राजा : एकदम सगळं जाणणारा पाहिजे. हे स्पेशालिस्ट लोकांचं काही खरं नाही. डायव्होर्स घेताना मनावर ताण येतो, त्याच्यावर काय उपाय म्हणून वकिलाला

विचारा, तर वकील ओशाळतो. त्याला मनाच्या ताणावरचं काहीच माहीत नसतं. म्हंजे काय अर्थय वकिलाच्यांत? ह्यॅ ! एकदम सगळं जाणणारा कुणी तरी पाहिजे. मग त्या माणसाकडं...

[वसुधा बोअर झालीय, उठते.]

वसुधा : गिझर लावते...

(वसुधा जाते.)

राजा : प्रभा, आलोच, गिझर लावून.. थोडी थोडी कामं करायची सवय लावली पाहिजे.

[राजा जातो. प्रभा कपबश्या गोळा करते, वर्तमानपत्र भाऊला देते आणि जाते. भाऊ वर्तमानपत्र डोळ्यासमोर धरतो. तेव्हा व्हरांड्याच्या एका टोकाला वसुधा आणि राजा.]

वसुधा : (राजाला, कुजबुजत, खेकसत) मी गिझर लावायला उठले, की मग तुम्हाला सुचतं. आधी एक काम सुचत नाही. जरा स्वत:च्या स्वत: कामं करत जा की. मी एकटी कामाखाली मरू? नोकरी करा, घरची कामं करा.

राजा : करू नकोस नोकरी.

वसुधा : म्हणे करू नको नोकरी!....घरात जरा आवराआवरी करा.... आणि उगाचच्या उगाच बडबड करू नका... जो सापडेल विषय त्यावर बडबडायचं. संतांवर बडबड, सिनेमावर बडबड.... डोक्याला शांतता म्हणून नाही... इथं थांबू नका, जा, संशय येईल. (राजा जातो, पुटपुटते) अरण्यात जाऊन एकाकी राहावं.

[वसुधा आत जाते. राजा हॉलमध्ये येतो. येताना केरसुणी घेऊन येतो, प्रभा त्याच्यामागोमाग येते.]

प्रभा : राजा, मी काढत्ये केर.

[प्रभा राजाकडून केरसुणी घेते. केर काढत भाऊजवळ पोचते.]

प्रभा : (भाऊला, कुजबुजत, इकडे तिकडे बघत) हे पाहा, हे पाहा, तुम्ही आता थोडा संयम पाळायला शिका. वसुधासमोर तमाशा नको. मला लाज येतीय.... आणि त्या संतफिन्तचं नाव काढू नका. संत मेला... मेला नुस्ता नावाचा संत.... वर्तमानपत्र वाचत राहा.... अग्रलेखावर विचार करा. काश्मीर प्रश्नावर...

[वसुधा येते, प्रभा चटकन केर काढू लागते.]

वसुधा : प्रभावन्सं, इकडं द्या केरसुणी, तुम्ही कशाला...

प्रभा : असू दे...

[वसुधा केरसुणी घेते.]

भाऊ : (एकदम) स्वच्छतेचा काही उपयोग नाही.

प्रभा : (दचकून) अं....बरं का वसुधावैनी, ह्यांना स्वच्छतेची इतकी आवड आणि हे घरी, ऑफिसात अगदी स्वच्छ टापटीप, आणि ह्यांच्या ऑफिसात ह्यांच्या शेजारीच बसतो ना एक जण... मी नाव विसरले बघा....

राजा : (ताणात हसत) नावात काय आहे?

प्रभा : तर तो इतका अस्वच्छ आणि ह्यांचे ऑफिसात आठ तास जातात नं, घरच्यापेक्षा ऑफिसच जास्त नं, ह्यांनी स्वच्छ राहायचं आणि ऑफिसात आठ तास अस्वच्छ माणसाशेजारी. ह्यांना सारखं वाटतं, स्वच्छतेचा काही उपयोग नाही.

वसुधा : इथंसुद्धा बघा ना प्रभावन्सं. आपण घरं स्वच्छ ठेवायची आणि सांगलीतले रस्ते पाह्यलेत नं?

प्रभा : हं.

वसुधा : अगदी घाण. मलासुद्धा कधी कधी वीट येतो स्वच्छतेचा.

[राजाला राहवत नाही, ताण वाटत असून हसतो. वसुधा निघून जाते. थोडी स्तब्धता.]

प्रभा : राजा, तुला सगळं माहीत आहे भाऊंचं, त्याचं मला काही वाटत नाही. भाऊंना सांभाळून घे बाबा. वसुधाच्या देखत नको काही तमाशा.

राजा : हयॅऽऽऽ! वसुधाला कशाला भीतेस तू?

प्रभा : भीत नाहीय रे. तुला सांगत्ये, आम्हा बायकांचा स्वभाव नस्तो चांगला. ह्यांना (अंगठा तोंडाजवळ नेऊन) ह्याची आठवण होऊन अस्वस्थ झालं की ते ज्या काही तऱ्हा करायला लागतील, वसुधाला सगळं कळेल. आणि ती चारचौघांत बडबडणार. सांभाळ बाबा त्यांना. (भाऊजवळ जाऊन) हे पाहा, तुम्ही थोडा संयम ठेवायला शिका. बडबडू नका काही तरी. स्वच्छतेला अर्थ नाही असलं बोलू नका. स्वच्छतेला अर्थ नाही हे कुणी ऐकलं तर काय वाटेल त्याला? स्वच्छतेला अर्थ नाही तर काय अस्वच्छतेला अर्थ आहे? असलं खोटंनाटं, वेडंवाकडं नका बाई बोलू. मी आपलं पुढचं काही तरी जुळवून घेतलं म्हणून. पण सारखं कसं जुळणार? मी काही अत्रे नाहीय. संताचं नाव नका काढू. वर्तमानपत्र वाचा. सगळे नवरे वर्तमानपत्र वाचतात.

भाऊ : (विचित्रपणे) सीमाप्रश्नावर बडबडू?

प्रभा : नको. स्वार्थी असल्याशिवाय सीमाप्रश्नावर कसं येईल बडबडता? नको.... राजा, आम्ही निघतोच जेवून. अं... (भाऊला) वर्तमानपत्र नुस्तं चाळा, त्यावर विचार करू नका. नाही तर सुपारी चघळा....राजा, सुपारी आहे का?

राजा : होऽ, खांड का कुटलेली?

प्रभा : खांडच दे....खूप वेळ चघळता येईल.

राजा : बरं.

[राजा जातो.]

प्रभा : संयम ठेवा.

भाऊ : प्रयत्न करतो.

प्रभा : प्रयत्न कसला! संयम ठेवायचाय. चारूसुद्धा नावं ठेवायला लागलाय.

[राजा अडकित्तासुपारी घेऊन आलाय. सुपारी फोडून भाऊला देतो. भाऊ तोंडात टाकतात. राजा अडकित्ता कुठंतरी अधेमधेच कोचावर वगैरे ठेवतो. वसुधा येते. आंघोळ उरकून आलेली.]

वसुधा : (अडकित्ता बघून, राजाला, चिडल्यागत) हा कुणी काढला?

प्रभा : ह्यांना सुपारीची सवय आहेय....

वसुधा : असं होय? असू द्या मग... प्रभावन्सं, तुम्ही आंघोळ उरकून घ्या.

प्रभा : हं

वसुधा : मी सैपाकाला लागत्ये.

[वसुधा जाते.]

प्रभा : (राजाला) भाऊंना सुपारी जास्त वेळ चघळवणार नाही...

राजा : मी बडबडू?

प्रभा : नको. भाऊंना बागेत घेऊन जा मी आंघोळीस्नं येईपर्यंत. वसुधाच्या देखत तमाशा नको.

राजा : चला भाऊसाहेब, बागेत चक्कर टाकू.

[राजा आणि भाऊ बागेकडे जातायत, प्रभा निघून जाते वसुधा हॉलमध्ये येते.]

वसुधा : अहो ऽऽऽ

[राजा परतून वसुधाकडे जातो. भाऊ बागेत पोचलेले.]

वसुधा : (राजाला, कुजबुजत, चिडत) शिरा कुणी केला होता?

राजा : प्रभानं.

वसुधा : मग डालडा द्यायचा नाही? मी पंध्रा दिवसांचं तूप साठवलं होतं. निम्म्याच्यावर संपलं. वडलांनी दिलेला बंगलासुद्धा घालवाल! आणि केळीचा घड कशाला काढला? माझ्या मावशीला द्यायचीत केळी. थांबू नका. जा, संशय येईल.

[वसुधा तणतणत निघून जाते. राजा बागेत भाऊजवळ येतो. भाऊ शरीर ताठरवतो, सैल सोडतो. राजा नर्व्हस.]

राजा : मी बडबडू?... वसुधा असली की मला बडबडतासुद्धा येत नाही... भाऊसाहेब, आज आपण प्यायची का?

भाऊ : (एकदम घाबरून, त्रागा होऊन, ओरडल्याप्रमाणे) नाही नाही....मला प्यायची नाही... नाही....नाही.

राजा : (मधेच, घाबरून) तुम्ही पिऊ नका....

भाऊ : मी मरीन ! मी पिणार नाही.... नाही...

राजा : मला शिकवा.

भाऊ : मी पिणार नाही... नाही... मी मध्यमवर्गीय.

राजा : (ओरडत) भाऊसाहेब....

[राजा आणि भाऊचा असा बागेत दंगा, गोंधळ होतो. भाऊ घाबरून हॉलमध्ये ओरडत येतो, मागून राजाही. प्रभा गोंधळ ऐकून धावत येते.]

प्रभा : (भाऊला, गोंधळून) आंघोळ करा.

भाऊ : (दंगा करत) मी पिणार नाही... मला आंघोळ नको.

प्रभा : (घाबरून,गोंधळून) लिव्हर शेका....

राजा : (गडबडून) भाऊसाहेब....

भाऊ : नाही, मला शेकायचं नाहीय....

[हा गोंधळ चालू असताना हॉलच्या दारात वसुधा येते, तसा गोंधळ स्तब्ध होतो.]

वसुधा : जेवायचं झालंय हं...(राजाला) तुमची आंघोळ उरका...

[वसुधा जाते]

राजा : (गडबडून) उरकतो. आंघोळ (जात) कोण इथं आंघोळ करतंय नीट?...

[राजा जातो. प्रभा भाऊला आत नेतेय.]

प्रभा : चला, हातपाय स्वच्छ धुऊन घ्या... जेवायचं झालंय... शेका लिव्हर... भातानं...

[प्रभा, भाऊ जातात.]

[अंधार]

अंक तिसरा

प्रवेश चौथा

[तोच हॉल. भाऊ, राजा जेवण उरकून येतात, राजा ढेकर देतो, मग लगबगीने जाऊन केळी घेऊन येतो. प्रभा येते, वसुधाही येते. वसुधाला झोप येतेय.]

राजा : (नर्व्हस, पण मोकळेपणाचा आव आणत, केळ देत) भाऊसाहेब, घ्या, आपल्या बागेतली आहेत. जेवणानंतर रोज एखादं तरी केळ खावं. माझे वडील खायचे. मग नो कंप्लेंट्स ऑफ डायजेशन... लिव्हर एकदम हेल्दी होते.

[राजा सगळ्यांना एकेक केळ देतो.]

वसुधा : (राजाला) नको.

[वसुधा केळ घेत नाही, जांभया देते.]

प्रभा : वैनी, तुम्ही पडा जा जरा. प्रवासाचा शीण आला असेल आणि घरी आल्याबरोबर लगेच सगळी कामं... झोपा जा.

वसुधा : (उठत, प्रभाला) तुम्ही पण पडा ना...

प्रभा : असू दे. तुम्ही पडा... मी येते मग..

[वसुधा जाऊ लागते.]

भाऊ : (कसेबसे) पाणी....

वसुधा : (थांबून) आणत्ये.

प्रभा : वैनी, तुम्ही झोपा... मी आणत्ये...

[प्रभा उठते, जायच्या तयारीत, वसुधाही जाते. प्रभाने, भाऊने केळी खाल्ली नाहीत. इतका वेळ राजा हातात केळ खाण्यासाठी धरून बसलाय. वसुधा गेल्याबरोबर भर्रकन् खातो आणि केळाची साल वसुधा ज्या दिशेने गेलीय, त्या दिशेने संतापाने फेकतो. क्षणभर स्तब्धता. मग प्रभा जाऊन पाण्याचा तांब्या आणते. भाऊसमोर ठेवते. राजा संतापाने अजून भारलेला. भाऊ पाणी पीत नाही. भाऊ अंग ताठरवतो. सैलावतो.]

प्रभा : (कुजबुजत, भाऊला) संयम ठेवा.

[भाऊ अंग आखडून घेतो.]

प्रभा : (राजाला, कुजबुजत) वसुधावैनीला, नोकरी, घरातली कामं, दमायला होत असेल.

राजा : (नकोसे होऊन) हं !

[भाऊ उठतो, अर्धी येरझार चालतो, तर प्रभा चटकन् उठून भाऊला धरते, कोचावर बसवते.]

प्रभा : (कुजबुजत, भाऊला) संयम पाळा. इथं तमाशा नको. का निघू या पुण्याला?

राजा : (संतापावर नियंत्रण ठेवून) राहा. काही भिऊ नका वसुधाला.

प्रभा : (कुजबुजत, भाऊवर लक्ष ठेवत) राजा, तू म्हणतोयस तसा वसुधाचा स्वभाव नाहीय हंऽऽऽ

[भाऊ उठल्यागत होतो, प्रभा झटकन भाऊला दाबते, बसवते.]

प्रभा : (भाऊला, कुजबुजत) संयम पाळा. पाळाच. (राजाला) वसुधा झोपली असेल नं रे?

राजा : झोपली असेल. तिला झोप लागत नाही नीट. माझी पण नीट नसते झोप....अगदी डिस्टर्ब्ड्.

प्रभा : बघ जा बरं...

[राजा जातो. थंडी पडलीय म्हणत प्रभा शाल पांघरते. राजा येतो.]

राजा : झोपलीय.

प्रभा : भाऊंच्या लिव्हरची (अंगठा तोंडाकडे नेऊन) ह्याची आठवण मेली की मग मला झोप लागेल.

राजा : सवयी कशा मोडता येतात गऽ?

प्रभा : राजा, वसुधाचा स्वभाव चांगलाय.

राजा : सवयी कशा मोडता येतात गऽ?

प्रभा : वसुधाचा स्वभाव चांगलाय.

राजा : (नकोसे होऊन) हं !

प्रभा : (भाऊला) उद्या निघू आपण. आजच्या दिवस संयम पाळा.. हंऽऽऽ पुढे बोल ना रे राजा, मी म्हणत्येय, वसुधाचा स्वभाव चांगलाय.

[ह्या दरम्यान वसुधा गुपचूप आलीय, चोरून ऐकतेय, ती प्रभा, राजा, भाऊला दिसत नाहीय.]

प्रभा : तू म्हणतोस, तसं काही नाही. तू उगाच वसुधाला नावं ठेवतोस.. किती आग्रहानं वाढत होती आम्हाला. (भाऊला) ऐकताय नं?

राजा : समज, एखादा माणूस चिक्कू आहे आणि त्या माणसानं उदारतेचा शो केला तर... त्या माणसाला उदारतेचा शो करताना त्रास होत असेल ना गऽ?

प्रभा : मला नाही वाटत हं, वसुधा उदारतेचा शो करतेय.

राजा : अं हं ! मी जनरल म्हणतोय. मला वडलोपार्जित हा बंगला, ह्या खुर्च्या, हा कोच, सगळं मिळालंय ना, तर ऑफिसातले माझे कलिग्ज, इतर क्लार्क माझा मत्सर करतात. मत्सर करणाऱ्यांना त्रास होत नसेल?

प्रभा : वा! होणारच की रे !

राजा : मग त्यांना ते समजत नाही का?

प्रभा : अरे म्हणच आहे. मत्सरानं माणूस आंधळा होतो. हंऽ, हं बोल राजा, भाऊ ऐकतायत.

राजा : ते लोक माझा मत्सर करतात नं, मलाही त्याचा त्रास होतो गऽ. कळतो त्रास होतो ते. मलाही त्रास होतो... त्यांनाही त्रास होतो.

[राजा थोडा वेळ शांत, चिंतनशील.]

प्रभा : पुढे बोल ना रेऽ राजा. मी असं म्हणतेय, वसुधा स्वभावानं चांगली आहेय. तू म्हणतोस तसं काही नाही. वसुधाचा स्वभाव चांगलाय. हं. बोऽल. भाऊ ऐकतायत.

[भाऊ टक लावून राजाचे ऐकतोय.]

राजा : वसुधा बसमधनं चाललीय, समज. तिच्या शेजारची सीट मोकळी आहे आणि त्या मोकळ्या सीटवर कोणी तरी गरीब, गबाळा, घाणेरडा, अस्वच्छ माणूस येऊन बसतो, वसुधा एकदम अस्वस्थ होते, कारण तिला अस्वच्छ माणसाचा भयंकर तिरस्कार वाटतो.

[भाऊ उदास होऊन ऐकतोय.]

प्रभा : मी म्हणते राजा, गरीब लोकांना स्वच्छ राहायला काय झालं?

राजा : त्याला ते जमत नसेल. किंवा त्याला अस्वच्छतेची सवयच लागली असेल, तो अडाणी असेल... वसुधाला त्याचा तिटकारा वाटतो. आणि ती तो तिरस्कार दाखवू तर शकतच नाही. बसमध्ये. चारचौघात. वसुधाला तिच्या तिरस्काराच्या भावनेचा त्रास होत नसेल? होत असणारच. मग तिनं सांगावं, त्या अस्वच्छ माणसाला, स्वच्छ राहा. नसलं सांगता येत, तरी तिरस्काराच्या भावनेतून तिनं मोकळं झालंच पाहिजे. वसुधाला तिच्या स्वत:च्याच स्वभावाचा त्रास होत असेल. आपणा सर्वांना आपल्या स्वतःच्याच स्वभावाचा त्रास होतो. तिला तिच्या स्वभावाचा त्रास होतो. मला माझ्या स्वभावाचा त्रास होतो. एवढी काय गऽ आपण आपल्या स्वभावाला किंमत देतो?

[राजाचे हे चिंतन चालू असतानाच भाऊ, प्रभा, चोरून ऐकत असलेली वसुधा हे सगळे हळूहळू उदास होत जातात, आणि शेवटी हलके स्फुंदू लागतात.]

[अंधार]

* 9 7 8 8 1 7 1 8 5 5 5 7 5 *

FCW - #0260 - 061026 - C0 - 216/140/4 - PB - 9788171855575 - Matt Lamination